விருப்பமில்லாத் திருப்பங்கள்

கிழக்கு பதிப்பக வெளியீடுகளாக சுஜாதாவின் புத்தகங்கள்

013123-6/18

மீண்டும் ஜீனோ
நிறமற்ற வானவில்
நில்லுங்கள் ராஜாவே
தீண்டும் இன்பம்
ஆஸ்டின் இல்லம்
அனிதாவின் காதல்கள்
நைலான் கயிறு
24 ரூபாய் தீவு
அனிதா இளம் மனைவி
கொலை அரங்கம்
கமிஷனருக்கு கடிதம்
அப்ஸரா
பாரதி இருந்த வீடு
மெரீனா
ஆர்யபட்டா
என் இனிய இயந்திரா
காயத்ரி
ப்ரியா
தங்க முடிச்சு
எதையும் ஒருமுறை
ஊஞ்சல்
ஓரிரவில் ஒரு ரயிலில்
மீண்டும் ஒரு குற்றம்
விக்ரம்
நில், கவனி, தாக்கு!
வாய்மையே சில சமயம் வெல்லும்
ஆ..!
வசந்த காலக் குற்றங்கள்
சிவந்த கைகள்
ஒரே ஒரு துரோகம்
இன்னும் ஒரு பெண்
6961
ஜோதி
மாயா
ரோஜா
ஓடாதே
மேற்கே ஒரு குற்றம்
விபரீதக் கோட்பாடு
ஐந்தாவது அத்தியாயம்
மலை மாளிகை
விடிவதற்குள் வா
மூன்று நாள் சொர்க்கம்
பத்து செகண்ட் முத்தம்
கம்ப்யூட்டர் கிராமம்
இளமையில் கொல்
மேகத்தை துரத்தியவன்
ஒரு நடுப்பகல் மரணம்
நகரம்
இதன் பெயரும் கொலை
மண்மகன்
தப்பித்தால் தப்பில்லை
விழுந்த நட்சத்திரம்
முதல் நாடகம்
ஆட்டக்காரன்
ஜன்னல் மலர்
என்றாவது ஒரு நாள்
வைரங்கள்
மேலும் ஒரு குற்றம்
சொர்க்கத் தீவு
கனவுத் தொழிற்சாலை
ஆயிரத்தில் இருவர்
பதினாலு நாட்கள்
உள்ளம் துறந்தவன்
பிரிவோம் சந்திப்போம்
கரையெல்லாம் செண்பகப்பூ
இரண்டாவது காதல் கதை
நிர்வாண நகரம்
குருபிரசாதின் கடைசி தினம்
இருள் வரும் நேரம்
திசை கண்டேன் வான் கண்டேன்
ஆழ்வார்கள் - ஓர் எளிய அறிமுகம்
தேடாதே
விருப்பமில்லாத் திருப்பங்கள்
விரும்பிச் சொன்ன பொய்கள்
கை
ஆதலினால் காதல் செய்வீர்
நூற்றாண்டின் இறுதியில் சில சிந்தனைகள்
அப்பா, அன்புள்ள அப்பா
மிஸ். தமிழ்த்தாயே, நமஸ்காரம்!
சிறு சிறுகதைகள்
வாரம் ஒரு பாசுரம்
வானத்தில் ஒரு மௌனத்தாரகை
கடவுள் வந்திருந்தார்
அனுமதி
ஓலைப் பட்டாசு
சேகர், சிங்கமய்யங்கார் பேரன்
கம்ப்யூட்டரே ஒரு கதை சொல்லு
டாக்டர் நரேந்திரனின் வினோத வழக்கு
நிஜத்தைத் தேடி
பாதி ராஜ்யம்
சில வித்தியாசங்கள்

விருப்பமில்லாத் திருப்பங்கள்

சுஜாதா

விருப்பமில்லாத் திருப்பங்கள்
Viruppamila Tiruppangal
by Sujatha
Sujatha Rangarajan ©

Kizhakku First Edition: January 2011
96 Pages
Printed in India.

ISBN 978-81-8493-627-8
Title No. Kizhakku 607

Kizhakku Pathippagam
177/103, First Floor,
Ambal's Building, Lloyds Road,
Royapettah, Chennai 600 014.
Ph: +91-44-4200-9603

Email : support@nhm.in
Website : www.nhm.in

Cover Image : Shutterstock

Kizhakku Pathippagam is an imprint of New Horizon Media Private Limited

This book is sold subject to the condition that it shall not, by way of trade or otherwise, be lent, resold, hired out, or otherwise circulated without the publisher's prior written consent in any form of binding or cover other than that in which it is published and without a similar condition including this the rights under copyright reserved above, no part of this publication may be reproduced, stored in or introduced into a retrieval system, or transmitted in any form or by any means (electronic, mechanical, photocopying, recording or otherwise), without the prior written permission of both the copyright owner and the above-mentioned publisher of this book.

அந்தப் பொண்ணு. புள்ளிமான் கணக்கா துள்ளிக்கிட்டு உள்ள போச்சு. போனப்புறம்கூட ஒரு வாசனை பாக்கி இருந்தது. சரியாப் பார்க்க முடியலை. ஆனா, படி தாண்டறப்ப மின்னல் அடிச்சாப்பல பளிச்சுனு தொடை தெரிஞ்சுது. வெளியே வந்ததும் பகவான் ஒரு பீடியைப் பத்த வெச்சுக்கிட்டு, 'சரியாப் பாத்துக்க. இந்த வீட்டிலதான் நாம களவாடப் போறோம்'னோன்.

ஒரு ஆசாமி சொந்தமாகக் கெட்டுப் போறானா, இல்லை சூழ்நிலையாலயான்னு என்னைக் கேட்டா சூழ்நிலைக்குத்தான் மார்க்கு போடுவேன். என் கேஸையே எடுத்துக்கங்க; நான் ஏன் படிப்பைப் பாதில நிறுத்தினேன்? நல்லாத்தானே படிச்சுக்கிட்டு இருந்தேன். சொல்றேன். அதும் பின்னால கிராமத்தில, ஒருவிதமான செமி கிராமத்தில, ராஜா வீட்டுக் கன்னுக்குட்டி மாதிரி இருந்தவன், இங்க வந்து என் வயசுக்குப் பார்க்கக்கூடாத காட்சிகள் எல்லாம் பார்த்தாச்சு. கேட்காத பாஷையெல்லாம் கேட்டாச்சு. இதோ நான் செய்யப்போறதை உங்ககிட்டச் சொன்னா, நீங்க என்னைத் தெரிஞ்ச ஆசாமியா இருந்தீங்கன்னா, ‘அட! செல்வமா? அந்த செல்வமா? சேச்சே... நம்ப முடியல்லையே’ன்னு தான் சொல்வீங்க.

நான் சொல்றது உங்களுக்கு விளங்கலை, இல்லைங்களா? முதல்ல இருந்து சொன்னாத் தான் நான் இப்ப செய்யப்போற காரியத்துக்குக் காரணம் புரியவரும். அதனால கொஞ்சம் என் பூர்வ கதையைக் கேளுங்க. சுவாரஸ்யமாத்தான் இருக்கும். எனக்கு நிச்சயம் தெரியும். ஒவ்வொரு ஊர்லயும் எம்மாதிரி கேஸ் ஒருத்தராவது இருப் பாங்க. அவங்கள்லாம் எனக்குக் காயிதம் போடப் போறாங்க. அதும் தெரியும்.

எங்களுக்குச் சொந்த ஊர் பூதப்பாண்டின்னு சொல்லுவாங்க. எனக்கு பூதப்பாண்டி எங்கிட்டு இருக்குதுன்னே தெரியாது. எங்கப்பாவுக்கு நிலம் வீடு எல்லாம் இருந்ததாம். எங்கப்பாவையே தெரியாது. அவருடைய சொத்தையாவது தெரிஞ்சிருக்கலாம். அதுக்கும் அவர் சந்தர்ப்பம் கொடுக்காம தன் காலத்திலேயே எல்லாத்தையும் வேட்டு விட்டுட்டார். பக்கத்து தெருவிலயே ஒரு வப்பாட்டி வெச்சுக்கிட்டு இருந்தாராம். அம்மா இஸ்திரி போட்டுக் கொடுப்பாங்களாம். அந்தச் சட்டையைப் போட்டுக்கிட்டு பக்கத்துத் தெருவுக்குப் போவாராம். அவரு அடிச்சு, கடிச்ச தழும்புகளை எல்லாம் அம்மா காட்டியிருக்காங்க. சொந்த முயற்சியில யார் துணையும் இல்லாம தன் வாழ்க்கையைக் குட்டிச்சுவர் ஆக்கிக்கொண்டவர் எங்கப்பா. அந்தாளை எனக்கு ஞாபகமே இல்லை. சின்ன வயசிலேயே என்னவோ பொளவை வந்து போயிட்டாராம். அதைச் சரியாக் கவனிக்காம கடைசில எல்லா இந்தியக் கணவர்கள் மாதிரி வீட்டில வந்து படுத்துட்டார். ‘உன் தங்கமான குணம் தெரியாம போச்சே’ன்னு அம்மாகிட்ட கதறி அழுதிருக்கார். அம்மா என்ன இருந்தாலும் தமிழ்ப் பண்பாடு இல்லையா? கல்லானாலும் கணவன், புல்லானாலும் புருஷன்னு பழமொழி எல்லாம் பெண்களை அடிமைப்படுத்தறதுக்குன்னே வெச்சிருக்காங்க பாருங்க, அதும்படி அம்மா கடைசி காலத்தில அப்பாவுக்கு முதுகு முச்சூடும் அழுகறவரைக்கும் மூத்திரம் பீ வாரியிருக்காங்க. ‘சொத்தை எல்லாம் உனக்கே எழுதி வெச்சிருக்கேன் தங்கம்’னு சொன்னாராம். என்ன சொத்து, ஒரு ஈசி சேரு, கிராமபோன், தையல் மெஷின், ரெண்டாயிரம் ரூபா கடன், இவ்வளவுதான். அப்பா இறந்துபோனப்ப யாரும் அழாம, யாருமே துக்கப்படாம, செத்த ரெண்டாவது நிமிஷமே மறந்து போயிர்ற மாதிரி வாழ்க்கை வாழ்ந்தவர். அவர் ஆத்மா எங்க இருந்தாலும் சாந்தி அடையாது.

அப்பா இறந்த பிற்பாடு பூதப்பாண்டியை விட்டு, அரியலூர் பக்கத்திலே அம்மாவோட பிரதர் இருந்தாங்க, அங்க வர வேண்டியதாயிடுச்சு. அரியலூர் பக்கத்திலேயே கிராமம். காட்டூர் சுகர் ஃபேக்டரி தெரியுங்களா உங்களுக்கு? அங்க இறங்காதீங்க. அங்கிருந்து கொஞ்சம் தொலைவு கங்கைகொண்ட சோழபுரம்னு பழங்காலத்துச் சரித்திரப் பிரசித்தி வாய்ந்த ஒரு ஊரு. அதுக்கு எங்க ஊர்ல இருந்து நடந்து போயிரலாம். எத்தனை தடவை நடந்து போயிருக்கேன். அந்தக் கோவில்ல பின்புறத்தில்

பொருத்தி கன்யாவை... அதை அப்புறம் சொல்றேன். என் சரித்திரத்தைச் சுருக்கமா முடிச்சுர்றேன். பூதப்பாண்டியை விட்டு வந்தபோது எனக்கு நாலோ அஞ்சோ வயசிருக்கலாம். ரயில்லயும் மாட்டு வண்டியிலும் போனது லேசா ஞாபகம் இருக்கு. அம்மா அப்பப்ப அழுதுகிட்டே, மூக்கைச் சிந்திக்கிட்டே, 'நீதாண்டா என்னைக் காப்பாத்தி சோறு போடனும். உங்கப்பன் மாதிரி நீயும் செஞ்சுராதே'ன்னு திருப்பித் திருப்பி நாலு நிமிசத்துக்கு ஒரு முறை சொன்னதாலயோ என்னவோ அது ஞாபகம் இருக்கு. எனக்கு சின்ன வயசில இருந்தே 'அம்மாவைக் காப்பாத்தணும், அம்மாவைக் காப்பாத்தணும்'னு பலபேர் சொல்லிக்கிட்டு இருப்பாங்க. ஓட்டல் கடை அய்யர் ஒருத்தர் என்னை முதுகைத் தட்டிக்கொடுத்து, 'இவன்தானம்மா உங்களைக் காப்பாத்தப் போறவன்'னு அப்பப்ப சொல்ல அம்மா கேட்டுக்கிட்டு இருப்பாங்க. தையக்கடை பாய், ஏன் எங்க மாமா எல்லாரும்தான். அதனால அப்பவே இந்த அம்மாவைக் காப்பாத்தற வேசம் சமூகத்திலே எனக்கு உறுதியாயிருச்சு. அதுக்காக எனக்கு உள்ளுக்குள்ளேயே நான் தீர்மானிச்சுக்கிட்டதோ அல்லது போதிக்கப்பட்டதோ என்னன்னு தெரியலை, நல்லாவே படிப்பேன். நான் போன பள்ளிக்கூடம் ஒண்ணும் அப்படிப் பிரசித்தமானதில்லை. அப்பப்ப வாத்தியார் எல்லாம் டிரான்ஸ்ஃபர் வாங்கிட்டுப் போயிருவாங்க. அடுத்த வாத்தியார் போஸ்ட்டிங் ஆறவரைக்கும் பெஞ்சுக்கு பெஞ்சு தாவிக் குதிச்சுக்கிட்டு இருப்போம். டீச்சர் அம்மாங்கள்லாம் எப்பவாவது பாட புஸ்தகம் நடத்துவாங்க. வீட்டில இருந்து ராணி, கல்கி, அமிருதாஞ்சனம் பாட்டில் எல்லாம் கொண்டுட்டு வரச்சொல்லுவாங்க. இன்ஸ்பெக்டர் வரப்போ என்னை முத பெஞ்சில உக்கார வெச்சு 'செல்வா, தாயுமானவர் பாடல் சொல்லிக் காட்டு பார்க்கலாம்'பாங்க. நான் உருகிப்போய் 'அரும்பொனே மணியே'ன்னு பாடுவேன். தாயுமானவர்தானே அது, இல்லை ராமலிங்கரா?

பள்ளிக்கூடத்தில சொல்லிக் கொடுக்கிறது ரொம்ப சோடையா இருந்தாலும் என்னால ஒழுங்காப் படிக்க முடிஞ்சது. நோட்டுப் புத்தகங்கள் எல்லாம் கண்ணில் ஒத்திக்கிற மாதிரி வெச்சிருப்பேன். டிராயிங் போடுவேன். டிஸ்டிரிக்ட் லெவல் ஸ்போர்ட்ஸ்ல ஹை ஜம்ப் தாண்டி வெள்ளிக் கோப்பை எல்லாம் வாங்கிட்டு வருவேன். கோ எஜுகேஷன் ஸ்கூல் அது. நானும் எங்க மாமா பொண்ணும் சைக்கிள்ல போவோம். அந்த வயசில அந்தப்

பெண்ணை காதல் பண்ணியிருக்கலாம். பதிலா அதுங்கிட்ட காரணிப்படுத்துதல், கம்பராமாயணத்தில் குகப்படலம் இப்படித் தான் பேசிக்கிட்டதா ஞாபகம் எனக்கு. அப்பல்லாம், பெண்கள்ங் கிறது ஒரு தவிர்க்க முடியாத ஜாதி; அவங்க பார்த்தாலே தப்பு, இப்படி எல்லாம் விவேகானந்தமான ஐடியா எல்லாம் இருந்துச்சு. நமக்குப் பொறுப்பு படிக்கிறது, படிச்சு வேலைக்குப் போவுறது, போய், அம்மாவைக் காப்பாத்தறது, அப்புறம் அம்மா பார்த்த பெண்ணைக் கல்யாணம் செஞ்சுக்கிறது - இப்படி ரொம்ப எளிமையான எண்ணங்களோடதான் வாழ்ந்தேன். பள்ளி இறுதிப் பரீட்சையில் ஐந்நூறுக்கு மேல மார்க் வாங்கினேன். கல்லூரியில உபகாரச் சம்பளம் தந்தாங்க. ஃப்ரீஷிப்புனு சொல்லுவாங்க. படிக்க புஸ்தகம், நோட்டுப் புஸ்தகம், சம்பளப் பணம் எல்லாமே இலவசம். எங்கம்மாவுக்கு ரொம்பப் பெருமை. மாமா வீட்டிலயும் என்னைப் புதுசாப் பார்க்க ஆரம்பிச்சாங்க. பய முன்னுக்கு வந்துருவான்னு ஒப்பனாவே எனக்கும் கன்யா வுக்கும், அதான் அவ பேரு, கன்யாகுமாரி முழுப்பேரு, கல்யாணம் செஞ்சு வெச்சுரலாம்; செல்வம் நீ கலெக்டருக்குப் படி, இன்ஜினியருக்குப் படின்னு எல்லாம் சொல்லுவாங்க. இந்த மாதிரிப் பேசினதாலே அந்தப் பொண்ணு என்னைக் கண்டா வெக்கப்பட ஆரம்பிச்சுது. வீட்டில ஒருத்தரும் இல்லாத சமயம் ரேடியோவைப் பெரிசா வெச்சுட்டு 'இங்கே வா செல்வம். என் கையைப் பாரு, மருதாணி எப்படி இருக்கு'ன்னு அனாவசியக் கேள்வி எல்லாம் கேக்க ஆரம்பிச்சுது. நான் ஒரு பைத்தியம். அதைச் சரியாப் புரிஞ்சுக்காம அல்ஜீப்ரா படிச்சுக்கிட்டு இருந் தேன். சைக்கிளுக்கு எண்ணெய் போட்டுக்கிட்டு இருந்தேன். இந்த மாதிரி எத்தனையோ சந்தர்ப்பத்தை இழந்திருக்கேன். மறக்க முடியாம, நான் முன்னாடி சொல்லலை, கங்கைகொண்ட சோழபுரம் கோயில், அங்க ஒரு சம்பவம் நிகழ்ந்தது. சர்க்கார்ல பெரிசா நடத்தினாங்க. எம்.ஜி.ஆர். வரதா இருந்து அவர் வர முடியாம ஏதோ ஒரு முத்து வந்து நிலா வெளிச்சத்தில் கவியரங்கம், பட்டிமன்றம் எல்லாம் நடத்தினாங்க. நாங்க எல்லாரும் வேடிக்கை பார்க்கப் போயிருந்தோம். மாமா தமிழ்ப்பிரியர். அம்மா வரலை. மாமா கூட்டத்தில முன்னுக்குப் போய் சபையில் உக்கார்ந்துக்கிட்டார். கன்யாவும் நானும் லவுட்ஸ்பீக்கர் அண்டையே நின்னுக்கிட்டோம். ஸ்பீக்கர் தமிழ்ல விளையாடிக்கிட்டு இருந்தது. புல்தரை எல்லாம் உக்கார்ந்துக்கிட்டு இருந்தாங்க. பின்னணியில் கோவில் கோபுரம் கம்பீரமா நிக்குது. நீங்க பார்க்கலைன்னா உடனே

போய்ப் பாருங்க. தஞ்சாவூர் கோபுரத்தைவிடச் சின்னதுதான். பார்த்துட்டு என்னைப் பல முறை ராஜேந்திர சோழனாக் கற்பனை பண்ணிப் பார்த்துக்கிட்டு இருந்திருக்கேன். இப்ப கன்யா வந்து என் கையைப் புடிச்சு, 'வா போலாம்'னுச்சு. எங்கன்னேன். 'தனியாப் போகலாம். உங்கூட பேசணும்'னுச்சு. எனக்கு ரொம்ப வெவெலப்பாயிடுச்சு. கூட்டத்திலே என்னைத் தர தரன்னு இழுத்துக்கிட்டு போக கிழக்குப் புறமா வாசல்ல வெளியே வந்துட்டம். பெட்ரமாக்ஸ் வெளிச்சத்திலே பலூன், பஞ்சு மிட்டாய், பாரதிதாசன் கவிதைகள்னு எப்பவும்போல வித்துக்கிட்டு இருக்காங்க. நேரா நடக்கிறா. ஏரிப்பக்கம் போறா. எனக்கு திக்திக்குன்னு அடிச்சுக்குது. ஏரில வெள்ளி மிதக்குது. வைர ஊசி பொருத்தினாப்பல நட்சத்திரம் எல்லாம் பளிச்சுனு கண்ணைக் குத்துது. நான் அந்தக் கவிஞர்கள்ல ஒருத்தரா இருந்தா நோட்டுப் புஸ்தகம் பூரா விருத்தமா எழுதித் தள்ளியிருப்பேன். கன்யா என் கையைப் புடிச்சு தன் மேல வெச்சுக்கிட,

'இதப் பாரு செல்வம்! உனக்கு என் மேல ஆசைதானே'ன்னா.

'ஆமாம்'னேன்.

'நம்ம ரெண்டு பேத்துக்கும் கல்யாணம் செய்யறதா முடிவு பண்ணிட்டாங்கதானே?'

'ஆமா கன்யா, நான் படிச்சு முடிச்சு வேலைக்கு போனப்புறம் தான்.'

'ரெண்டு பேத்துக்கும் கல்யாணம்னு தீர்மானமாத் தெரிஞ்சப்புறம் நாம் ஏன் தயங்கணும்?'னா.

'எதுக்கு'ன்னு கேக்கறேன்.

'உனக்குத் தெரியாது? நிசம்மா தெரியாது?'ன்னு உட்கார்ந்துக் கிட்டு என் காலைக் கட்டி மணல்ல சாய்க்கறா. ஏறி களுக்குனு சிரிக்கறா.

'என்ன கன்யா பண்ற?'ன்னு கேட்டு முடிக்கிறதுக்குள்ள அந்தப் பொண்ணு என்னை மார்போட இறுக்கிக் கட்டிக்கிட்டா. 'என்ன கன்யா! என்ன கன்யா!'ன்னு வார்த்தைக்கும் மூச்சுக்கும் திணர்றேன். என் கையை எங்க எல்லாமோ கொண்டுட்டுப் போறா. எனக்கு எல்லாமே புதுசா இருக்கு. புரியாததா இருக்கு.

விரும்பமில்லாத் திருப்பங்கள் ❋ 11

அவகிட்ட அந்த மாதிரி வாசனை எல்லாம் இருக்கும்னு எனக்குத் தெரியவே தெரியாது. முகத்திலே வெச்சுத் தேய்க்கிறா. என்ன என்னமோ சொல்றா.

மடையன், நான் பேசாம அந்தச் சந்தர்ப்பத்தை பயன்படுத்திக் காம திருக்குறள் பொழிப்புரை மாதிரி என்ன என்னமோ பேத்தறேன். 'இதப் பார் கன்யா, நாம சின்னவங்க, உணர்ச்சி வசப்பட்டு எதையும் செய்துரக் கூடாது. ஆக்கப் பொறுத்தவங்க ஆறப் பொறுக்கணும். சமூகத்தில நமக்கு பொறுப்பு இருக்குது.' இப்படி எல்லாம் சொல்றேன்.

என்னால அந்தக் காட்சியை வாழ்க்கைல மறக்கவே முடியாது. மண்ல உக்காந்துக்கிட்டு இருக்கேன். அவ பாவாடை, தொடை வரைக்கும் விலகி நிலா வெளிச்சத்தில பளிங்குக்கல் மாதிரி தெரியுது. தலை எல்லாம் கலைஞ்சிருக்கு. விழாவில் வாங்கின ஜாதிமல்லி விரிஞ்சு மலர்ந்துபோய் டபிள் ட்யூட்டி பண்ணுது. பெருமூச்சு விட்டுக்கிட்டே அவ என்னை ஒருமுறை முறைச்சு, 'அடச்சே! நீ ஒரு ஆம்பளையா'ன்னா. லவுட் ஸ்பீக்கர்ல படபடன்னு எல்லோரும் கை தட்டினாங்க.

எந்திருச்சு, என்னைத் திரும்பிக்கூடப் பார்க்காம விழாவை நோக்கி நடந்தா கன்யா.

அந்த வார்த்தை என் மூளை ஓரத்தில் எங்கயோ அழுத்தமாப் பதிஞ்சுபோயி அப்பப்ப ஒலிச்சுக் கிட்டே இருக்கு. அது ஒரு வடு மாதிரி. மரு மாதிரி. அந்த இழப்புக்காக ராத்திரி தனியா படுத்துக்கிட்டு பலமுறை என்னை வருத்திக்கிட்டிருக்கேன். கன்யா அதுக்கப்புறம் என்கூடப் பேசவே இல்லை. நான் நல்லாப் படிச்சு, சிறந்து அவளுக்கு மாலை போடற வரைக்கும் அவ காத்திருக்கலை. நானும் சிறக்க வில்லை. வேறு இடத்தில் கல்யாணம் பண்ணிக் கிட்டா. பெரம்பூருல புருசன்கூட இருக்கா. போன மாதம் ஒருமுறை போய்ப் பார்த்துட்டு வந்தேன். இடுப்பில் ஒரு குழந்தை, வயத்தில ஒரு குழந்தைன்னு பாமாயில் பத்திப் பேசிக்கிட்டு இருந்தாலும் கண்ணில அந்தப் பார்வை போகலே. இன்னும் அந்தக் கண்ணு என்னைக் குற்றம் சாட்டிக்கிட்டுத்தான் இருக்கு.

'இப்ப என்ன வேலைல இருக்க செல்வம்?'

'பிசினஸ் பண்ணிக்கிட்டு இருக்கேன் கன்யா.'

கணவன் வந்ததும், 'இதப் பாருங்க, இவனைத்தான் நான் கல்யாணம் செய்துக்கறதா இருந்தேன். பூன்னா பயந்து ஓடிப் போயிருவான்.'

‘உன்னைக் கண்டா எல்லாரும் பயப்படத்தான் செய்வாங்க கன்யா’ன்னு அவள் கணவர் ஜோக் அடிச்சிட்டு பையைத் தூக்கிக்கிட்டு ஒளியும் ஒலியும் பார்க்கப் போயிருவாரு. நான் தனியா இருக்கும்போது கன்யா என்னைப் பார்ப்பா. அவ பார்வையைச் சகிக்கமுடியாம, சாப்பிடாம வந்துருவேன். மேலும் கன்யாவுடைய புருஷன், நான் என்ன வேலை செய்யறேன், என்ன சம்பளம் அப்பிடின்னு எல்லாம் குடைஞ்சு கேப்பான். பொய் நிறையச் சொல்லணும். இனிமே அங்கே போகவேண்டாம்னுதான் தீர்மானிச்சுட்டுக் கிளம்புவேன். ஆனா, பார்க்க மறுபடி போவேன். தெரியும்.

எனக்கு கோவையாக் கதை சொல்லத் தெரியாது. தோணினதை எல்லாம் அப்பப்பச் சொல்லிக்கிட்டு வர்றேன். உங்களுக்குக் கொஞ்சம் குழப்பமா இருக்கலாம். மன்னிச்சுக்கங்க. திடீர்னு கன்யா கல்யாணம் பண்ணிக்கிட்டு குழந்தை பெத்துக்கிட்டதை எல்லாம் சொல்லிட்டன் பாருங்க. அதுக்கு முன்னால என் வாழ்க்கையில எத்தனையோ நடந்திருக்கு. புத்திசாலியா, நல்லாப் படிக்கிறவனா இருந்தவன், ஏன் இப்படி இந்த மாதிரி ஒரு காரியம் செய்யறதுக்குத் துணிஞ்சுட்டன்னு முதல்ல சொல்லிடணும். என்ன ஆச்சு கேளுங்க. அந்த விழா சமாசாரம் எப்படியோ என்னை ஒரு விதத்தில் மாத்திரிச்சு அல்லது பிள்ளைப் பருவம் முடிஞ்சு வாலிபப் பருவம் வந்ததினாலயோ? திருச்சி ஜோசப் காலேஜ்லதான் சேர்ந்தேன். தினம் சைக்கிள்ல லால்குடி வந்து அங்கிருந்து ரயில் பிடிச்சுக் கல்லூரிக்குப் போகவேண்டியிருக்கும். ஃபாதர் எல்லாம் நல்லவங்க. சொல்லிக் கொடுத்தவங்க எல்லாம் அருமையானவங்க. ஓட்டை ஸ்கூல்லயே நல்லாப் படிச்சவன் கேக்கணுமா, திறமையாத்தான் படிச்சேன். ராங்க் ஒண்ணு ரெண்டுன்னு மாத்தி மாத்தி வாங்கிட்டு இருப்பேன். வில்ஃப்ரட்னு ஒரு பையனுக்கும் எனக்கும்தான் போட்டி. அந்த வில்ஃப்ரட் இப்ப வெளிநாட்டுக்குப் படிக்க போயிருக்கான்னு கேள்விப்பட்டேன். பார்த்தீங்களா! உடனே உபகதைக்கு விலகறேன் பாருங்க! அப்பல்லாம் ப்ளஸ் டூ கிடையாது. பியூசின்னு சொல்லுவாங்க. கல்லூரிலதான் படிக்கணும். வில்ஃப்ரெட்டை எப்படியாவது இறுதித் தேர்வில் மிஞ்சிரணும்னு ராப்பகலாப் படிச்சேன். பரீட்சை தொடங்கறதுக்குப் பதினஞ்சு நாள் முன்னமேயே எல்லாம் தரோவாப் படிச்சு முடிச்சுட்டேன். பரீட்சை நாளின்போது விதின்னு சொல்றதா, கவனக்குறைவுன்னு சொல்றதா? ஸ்ரீதர்னு

ஒரு பையன். பௌதீகப் பரீட்சை நாள். ஹாலுக்குப் போறதுக்கு முந்தி ஒரு கேள்வி வரும்னு எல்லாரும் பேசிக்கிட்டு இருந்தாங்க. அது எப்படின்னு சந்தேகம் கேட்டான். நோட்டுப் புத்தகத்திலே இருந்து ஒரு காகிதத்தைக் கிழிச்சு அதில அந்த பௌதீகக் கணக்கைப் போட்டுக் காட்டினேன். அவனுக்குக் கடைசி நிமிஷத்தில அது புரியலை. இருக்கிறதே குழப்பமாயிடும்னு போயிட்டான். அந்தக் காகிதத்தை எடுத்து பாக்கெட்டில போட்டுக்கிட்டேன். விதி! பரீட்சை எழுதிக்கிட்டு இருக்கும் போது வழக்கம்போல ஹால் டிக்கெட் கேட்டாங்க. நான் பரீட்சை எழுதிக்கிட்டே பாக்கெட்டில் இருந்து ஹால் டிக்கெட்டுக்குப் பதிலா அந்தக் காகிதத்தை எடுத்துக் காட்டினேன். அவ்வளவுதான், அதை வாங்கிப் பார்த்துட்டு உடனே எழுந்திருக்கச் சொன்னாங்க. திகைத்துப்போய், 'என்ன சார்?'ன்னேன். 'என்கூட வா!'ன்னாங்க. எனக்கோ பதறுது. நேரம் போய்க்கிட்டு இருக்கு. பேப்பரைப் புடுங்கி வெச்சிட்டாங்க. கண்ணில தண்ணி அருவியா ஓடுது. எவ்வளவோ மன்றாடிப் பார்த்தேன். என் தலைவிதி, அந்தக் கேள்வி வேற பரீட்சைத் தாளில் இருந்தது. அவங்க கூடிப் பேசிக்கிட்டு இருந்தாங்க. நான் வராந்தாவில் நின்னு அழுதுகிட்டு இருந்தேன். மத்தவங்கள்லாம் பரீட்சை எழுதிக்கிட்டு இருக்காங்க. பௌதீகம் போச்சு. மத்ததெல்லாம் பார்த்துக்கணும். என்ன என்னவோ யோசிக்கிறேன். ரயில்ல தலையை வெச்சுர்றேன். மலைக்கோட்டை யிலிருந்து உருள்றேன்.

அவங்க வெளியே வந்து யாருக்கோ போன் பண்ணித் தீர்மானிச்சு என்னைப் பரீட்சையில இருந்து ஒரு வருஷம் டீபார் பண்ணிட்டாங்க. வேணும்னா பெட்டிஷன் போடச் சொன்னாங்க. 'என்ன சார்! உங்களுக்கே தெரியாதா சார், நான் எப்படிப்பட்ட மாணவன்னு'னேன். 'அதனாலதாம்பா ஒரு வருஷம் டீபார். இல்லைன்னா மூணு வருஷம், தெரியுமா? ரூல்ஸ் ஆர் ரூல்ஸ்.' ரயிலில் எல்லாம் அழுதுகிட்டே வந்தேன். வீட்டில வந்து அழுதேன். மாமா திட்டினாரு. அம்மாகூடச் சேர்ந்து அழுதாங்க. யாரோ சூனியம் வெச்சுட்டான்னு சொன்னாங்க. மாமா எம்.எல்.ஏவைப் பார்க்கிறதாப் போனாரு. அவரு வெளிநாடு போயிருந்தாரு. அப்புறம் கொஞ்சம் சின்ன மனுஷங்களையும் பார்த்தாரு. ஹால் டிக்கெட்டைப் புடுங்கி வெச்சுக்கிட்டாங்க. ஒண்ணும் பேரல. போஸ்ட் ஆபீசில போயி போன் பண்ணிப் பார்த்தாங்க. திருச்சிக்கு மறுபடி கூட்டிட்டுப் போயி லெக்சரர்ஸ்

எல்லாரையும் பார்த்தோம். பிரின்சிபாலைப் பார்க்க முடியலை. ஒண்ணும் முடியலை! ராத்திரி சாப்பிடாம அழுததுதான் மிச்சம்.

அம்மா விதி விதின்னுதான் சொன்னாங்க. எனக்குக் காத்து கருப்புன்னு என்னவோ தாயத்தெல்லாம் கொடுத்தாங்க. அடுத்த வருஷம் நல்லா எழுதி முன்னுக்கு வந்துடலாம்னு ஆறுதல் சொன்னாங்க. மாமா முன்னைப்போல எங்கிட்டப் பழகலை. நான் ஒருவேளை பொய் சொல்றனோன்னு சந்தேகம். இது வரைக்கும் பரீட்சை பாஸ் பண்ணதெல்லாம் இந்த மாதிரி பிட் வெச்சுக்கிட்டுதான்னு ஒரு சந்தேகம் அவருக்கு! நேராக் கேக்கலை. கன்யாவை திருச்சில எஸ்.ஆர். காலேஜ் ஆஸ்டல்ல சேர்த்துட்டார். நான் துஷ்டன்னு தீர்மானிச்சதாலதான் இருக்கு மோன்னு எனக்குத் தோணிச்சு. அம்மா ஒரு முறை எனக்கு சனி தசைன்னு சொல்லி திருநள்ளாருக்கு அழைச்சுட்டுப் போனாங்க. அப்புறம் வைத்தீஸ்வரன் கோயிலுக்குப் போயிருந்தோம். அங்க வழுக்கி விழுந்தாங்க. தொடை எலும்பில் கிராக் விழுந்து மாயவரத்தில இருந்து திருச்சி கொண்டு வரத்துக்குள்ள திணறிப்போயிட்டேன். வைத்தியம் சரியாப் பார்க்காம செப்டிக் ஆயிருச்சு. நாட்டு வைத்தியன் பச்சிலை வெச்சுக் கட்டினான். சரியாகலை. லால்குடிக்கு அழைச்சுட்டுப் போனோம். ரொம்ப லேட். கடுமையான ஜுரம் வந்து எங்கம்மா இறந்துபோயிட்டாங்க.

அந்த ஒரு பரீட்சை சம்பவத்தை எடுத்துக்கங்க. அதனால நிச்சயம் என் வாழ்க்கை திசை திரும்பிருச்சு. அந்த ஒரு சம்பவம் எல்லாத்தையும் தலைகீழாக்கிடுச்சு. பாருங்க, விதின்னு இதைச் சொல்லலாம். ஆனால், விதி கடவுள் படைச்ச விதியா, அல்லது மனிதன் படிச்ச பரீட்சைமுறையைப் பற்றிய விதியா? பிரின்சிபாலுக்கு, லெக்சரர்களுக்கு எல்லாம் என்னை நல்லவன்னு தெரியும். நான் அப்படிப்பட்ட ஆசாமி இல்லை. நிசமாவே நல்லாப் படிக்கக் கூடியவன். அந்த ஸ்ரீதரைக்கூடக் கேட்டுப் பார்த்தாங்க. ‘எனக்கு ஒரு காகிதத்தில் போட்டுக் கொடுத்தது என்னவோ நிஜம்’ன்னான். ‘அந்தக் காகிதத்தை கிழிச்சுப் போடறதுக்கு என்ன, ஏன் பைக்குள்ளேயே வெச்சுக் கிட்ட’ன்னு கேட்டாங்க. அதுக்கு என்னால சரியா பதில் சொல்ல வரலை. எவ்வளவு மாறுதல் ஏற்பட்டுப் போச்சி பாருங்க. இல்லைன்னா, எங்கம்மா எனக்கு வேளை சரியில்லைன்னு தீர்மானிச்சு வைத்தீஸ்வரன் கோயிலுக்குப் போயிருப்பமா? அதனால அம்மாவுக்கு மரணம் ஏற்பட்டது. இப்ப பின்னால

இருந்து எல்லாத்தையும் பார்க்கிறபோது ஏதோ நம்மை அறியாத சக்தி நம்மைச் செலுத்துதுன்னு சொன்னா, நான் நம்புவேன். ஆனா, அந்தச் செலுத்தற சக்தி எனக்கு மட்டும் இத்தனை அநியாயமாச் செய்யணுமா? ஏன் என்னைத் தேர்ந்தெடுக்கணும்? நல்லாப் படிச்சுக்கிட்டு இருந்தவனை, தப்புத் தண்டா ஏதுமே செய்யாதவனை, பாவங்கள் செய்யச் சந்தர்ப்பம் வந்தாலும் பாவம் செய்யாதவனை ஏன்? எனக்கு ஏன்ங்கிறதுக்கு விடை கிடைக்கலை.

அம்மா இறந்துபோன பிற்பாடு எனக்கு இலக்கு போயிருச்சு. எனக்குக் கொடுத்த சலுகை எல்லாம் போயிருச்சு. அம்மா என்கிற தொடர்பு இல்லாத மாமா வீட்டில் தண்டச்சோறு சாப்பிட எனக்குப் பிரியம் இல்லை. மேலும் அந்த வீடு முழுக்க சுண்ணாம்புகூட அம்மாவுடைய ஞாபகமும் அடிச்சிருந்தது. அம்மா சாஞ்சுக்கிட்டிருந்த இடத்தில சுவர்ல எண்ணெய்க் கறை இருக்கும். அவங்க பெட்டியைத் திறந்து பார்த்தபோது ஆச்சரியமாத்தான் இருந்தது. பெட்டி நிறைய எனக்கு சட்டைத்துணி, ரூபா நோட்டுன்னு சேத்து வெச்சிருந்தாங்க. ஒரு மோதிரம் என் இன்ஷியல் போட்டு வெச்சிருந்தாங்க. அம்மா ஒண்ணும் அப்படி வீடு வீடாப் படம் வெச்சுக் கும்பிடக்கூடிய தெய்வம் இல்லை. ஆனா, எனக்குத் தீங்கிழைச்ச தெய்வங்களை விட எங்கம்மா எத்தனையோ மேல்.

அவங்களும் ஏதும் தப்பு செய்தாங்களா? இப்படி ஒரு புருசன் வந்து வாய்க்கணுமா? எதுக்காக அவன்கிட்ட அடிபடணும்? எதுக்காக சின்ன வயசில தாலி அறுக்கணும்? என்னதான் மாமா அம்மாவை நல்லா வெச்சுக்கிட்டு இருந்தாலும் இன்னொருத்தர் வீடு. அவங்க நிழலில் வாழ்க்கை பூராக் கொஞ்சம் குறுகித்தான் வாழவேண்டியிருந்தது. கடைசில பையன்மேல வெச்சிருந்த கனவும் பலிக்காம எங்கயோ சறுக்கி விழுந்து, எங்கயோ ஆஸ்பத்திரியில, எத்தனையோ நாளைக்கு வேதனைப்பட்டு அப்புறம் இறக்கணும்னு எதுக்காக இவளுக்கு இத்தனை கஷ்டம்னு கேக்கத் தோணுது. எனக்குப் பதில் கிடைக்கவே இல்லை. உங்களுக்குத் தெரிஞ்சாச் சொல்லுங்க.

நான் மாறிப்போனதுக்கு காரணம் தேடிக்கிட்டு இருக்கேன். அதனாலதான் இத்தனை விவரமா எனக்கு நடந்ததை உங்களுக்கு சொல்லிக்கிட்டு வரேன்.

இப்ப நான் மாறிப்போனதைச் சொல்றேன். எப்படி இருந்தவன் எப்படி ஆயிட்டேன்னு பாருங்க. அதுக்கு முன்னாடி பகவான், ஜோஸ், முனியப்பன் எல்லாரையும் பற்றிச் சொல்லணும். கொஞ்சம் இருங்க, ஒரு நூறு மில்லி மெட்ராஸ் தண்ணி போட்டுட்டு வந்து பாக்கியைச் சொல்றேன்.

கொஞ்சம் நீங்களும் சாப்பிடறீங்களா? சும்மா ஸுர்ருனு இருக்கும். எம்.ஜி.ஆர். தண்ணின்னுகூட இதுக்குப் பேரு. இதையும் போட்டுட்டு ஒரு வடையும் கடிச்சிக்கிட்டா நல்லது. என்ன சொல்ல வந்தேன்? அம்மா செத்ததும் எனக்கு இலக்கு போயிருச்சில்லையா. பொட்டிக்குள்ள அழுக்கு அழுக்கு நோட்டா முந்நூறு ரூபா வெச்சிருந்தாங்க. மாமாகிட்ட அதைக் கொடுங்கன்னு சொல்லிட்டு வாங்கிக்கிட்டேன். மாமா ஊர்ல இருன்னு ரொம்ப வற்புறுத்திச் சொன்னாரு. வருஷம் தாமதமானா வந்திருச்சு? 'இங்கேயே இரு. கோ ஆப்ரேட்டி பாங்கில வேலை தர்றதாச் சொல்லியிருக்காங்க. ரெண்டு மூணு மாசத்தில் கிடைச்சுடும். நீ வேலைக்குப் போவலைன்னாலும் பரவாயில்லை. நீ இருக்கிறது எங்களுக்கு ஒரு பாரமும் இல்லை. இன்னிக்கெல்லாம் நீ என்ன சாப்பிடறே' அப்பிடின்னு என்ன என்னவோ சொல்லிப் பார்த்துட்டாரு. முதல்ல ரெண்டு நாளைக்கு சரின்னு வீட்டிலயே கம்முனு கிடப்பேன். அப்புறம் மறுபடி ஆரம்பிச்சுருவேன். 'நான் போறேன் மாமா.'

ஒரு நாள் கோவம் வந்து, 'சரி போடா!'ன்னு விட்டுட்டாரு. ராத்திரியே ராக்ஃபோர்ட் எக்ஸ்பிரஸ்ல ஏறிக்கிட்டு மெட்ராஸ் வந்தேன். வந்த உடனே கெட்டுப் போயிட்டேன்னு எல்லாம்

சொல்ல வரலை. மாமா ஒரு விலாசம் கொடுத்திருந்தாங்க. அங்க போய்க் கேட்டதில டிரைவிங் தெரியுமான்னுதான் கேட்டாங்க. அவங்க எங்க ஊர்க்காரங்க. வீட்டு வேலை, கார் டிரைவிங் எல்லாத்துக்கும் ஊர்க்காரங்களையே வெச்சுக்கறது வழக்கமாம். பெரிய ஆர்டுவேர் மர்ச்செண்ட்ஸ். எனக்கு டிரைவிங் வேலை தெரியுமான்னுதான் கேட்டாங்க. தெரியாதுன்னதுக்கு, ‘ஒரு மாசம் காத்துக்கிட்டு இருக்கோம். லைசென்ஸ் புடிச்சுக்கிட்டு வா’ன்னாங்க. லைசென்ஸ் புடிக்க முதல்ல ஒரு டிரைவிங் ஸ்கூல் போனேன். மொத்தமா ஐந்நூறு கேட்டாங்க. அம்பாசடர் ஓட்டக் கத்துக் கொடுத்து, லைசென்ஸை வீட்டில கைல கொடுத்துட்டுப் போவாங்களாம். ‘எனக்கு டிரைவர் வேலை ரெடியா இருக்கு. நூறு ரூபா தர்றேன். முத மாசச் சம்பளம் வந்ததும் கொஞ்சம் கொஞ்சமாக் கொடுத்துர்றேன்’னு சொன்னேன். அவங்க சம்மதிக்கல. அப்புறம் ஒரு பாய் வந்து, ‘கொஞ்சமாவது கார் ஓட்டத் தெரிஞ்சா சரி, லஞ்சம் கொடுத்து லைசென்சு வாங்கிர லாம்’னாரு. எனக்கு அதில இஷ்டமில்லை. அரைகுறையாத் தெரிஞ்சுகிட்டு யார் மேலயாவது ஏத்திப்பிட்டம்னா வம்பு. ஒரு ஃபேக்டரில டெய்லி வேஜ் எடுக்கறாங்க போவியான்னு அந்த பாயே கேட்டார். போனேன். தினக்கூலி அஞ்சு ரூபா. காலை மஸ்டர் ரோல் எடுப்பாங்க. அப்புறம் கத்தி கொடுத்து தோட்டத்தில் வீசி புல் வெட்டச் சொல்லுவாங்க. கான்டீன்ல முப்பது பைசாவுக்கு கலந்த சோறு கிடைக்கும். நல்லாவே இருக்கும். கத்தி வீசறது கொஞ்சம் கஷ்டமாவும் களைப்பாவும் இருந்தாலும் தினப்படி மூணு ரூபா கூட சேர்க்க முடிஞ்சது. தங்கறதுக்கு எங்கூட கத்தி வீசற ஒருத்தன் ரூம். அவன் ஃப்ரெண்டு துபாய் போயிருக்கானாம். ரூமைப் பார்த்துக்கற ானாம். இடம் இருக்கு, நீயும் வந்து தங்கிக்கலாம்னான். வாடகை கேக்கலை. எனக்கு ரொம்பச் சந்தோஷமா இருந்தது.

அந்த ஃப்ரெண்டைப் பத்தி கொஞ்சம் சொல்லணும். அவன் பேர் பகவான். அவன் ஐடியாஸ் எல்லாம் ஒரு மாதிரி இருக்கும். என்னைப் போல நல்லாப் படிச்சவன்தான். குடும்ப நிலைமை யினால் இங்கே வந்ததாச் சொன்னான். என்ன நிலமைன்னு சொல்லலை. வேற வேலை ஒண்ணு செய்யப் போறேன்னு சொன்னான்.

அவனைப் பார்த்த உடனே உங்களுக்குப் பிடிச்சுப் போயிரும். என் வயசுதான் இருப்பான். இருந்தாலும் அவன்கிட்ட

ஒருவிதமான, அது என்ன சொல்வாங்க, முதிர்ச்சி இருக்கும். முதிர்ச்சின்னா நான் மூப்பு, கிழட்டுத்தனம், அந்த அர்த்தத்தில் சொல்லலை. பிரகாசம்னுகூடச் சொல்லலாம் அல்லது இப்படி வெச்சுக்கங்களேன். அவனைப் பார்த்தாலே அவன் சொல்றதைக் கேட்கலாம்போல இருக்கும். அந்த ஆளைப் போயி அடிடான்னு சொன்னா அடிச்சுட்டு வந்துடுவீங்க. என்ன எதுக்குன்னு கேட்க மாட்டீங்க. தோற்றத்தில் மட்டும் இல்லை. இந்தக் கவர்ச்சி பேச்சிலயும்கூடத்தான். ரெண்டு பேரும் கத்தி வீசிக்கிட்டு இருந்தமா, அப்ப, 'கத்தி வீசறப்ப, உனக்கு வேண்டாதவங்க யாரையாவது நினைச்சுக்க. இந்த புல்லுக்கட்டை அவங்க கழுத்தா நினைச்சுக்க. நல்லா வீசவரும்'னான்.

'எனக்கு அப்படி வேண்டாதவங்க யாரும் இல்லை பிரதர்'னேன்.

'இருக்காங்க. அவங்களை உன்னால அடையாளம் கண்டுபிடிக்க முடியாது! போறான் பாரு காண்ட்ராக்டர், பத்தாயிரம் ரூபாய்க்கு காண்ட்ராக்ட் எடுத்திருக்கான். நமக்கு தினத்துக்கு அஞ்சு ரூபா தர்றான். அவன் நம்ம வைச்சு எவ்வளவு பணம் பண்றான், கணக்கு பண்ணிப் பார்த்தாயா?'

'வேலை கொடுத்தானே, சந்தோஷப்படு பிரதர்!'

'உன்னை மாதிரி ஸ்டேட்டஸ் கோ ஆளுங்க இருக்கிறதினாலதான் இந்த தேசம் உருப்படாது,'

பாத்தீங்களா, பெரிய பெரிய வார்த்தையெல்லாம் உபயோகப் படுத்தறான்!

'ஸ்டேட்டஸ் கோன்னா என்ன பிரதர்!'

'பிரதர், பிரதர்ங்காதே. பேர் சொல்லிக் கூப்பிடு. எனக்குப் பேரு இருக்கு. நான் யாருக்கும் பிரதர் கிடையாது. அவ்வளவு கிட்டே எவனாலயும் வர முடியாது. எம்பேரு பகவான். ஆர்வெல் படிச்சிருக்கியா, அனிமல் ஃபார்ம்?'

நான் சிரிச்சேன்.

'என்ன சிரிக்கிறே?'

'அதெல்லாம் படிச்சிருந்தா இப்படி புல்லு வெட்டிக்கிட்டு இருப்பனோ?'

‘இதோ எல்லாத்தையும் படிச்சிட்டு புல்லு வெட்டிக்கிட்டு இருக்கனே சாட்சாத்! என்ன சொல்றே.’

‘அது உன் விதி பகவான்!’

‘விதி! இன்னொரு கெட்ட வார்த்தை. விதியை நாம மாத்தி அமைக்க முடியும்பா. ‘இனி ஒரு விதி செய்வோம்’னு மீசைக்காரர் பாடியிருக்காரு. தெரியுமா?’

‘அதெல்லாம் விழாக்களுக்கு பட்டிமன்றத்துக்குத் தோதுபடுங்க.’

பகவான் சிரித்தான். ‘நல்லாச் சொன்னே! நான்கூட பட்டி மன்றத்தில கையைக் காலை ஆட்டிப் பேசியிருக்கேன். உன் கதையை என்னிக்காவது சொல்லு. நிச்சயம் அதில லேசாகச் சம்பவங்கள் இருக்கணும். வர்ற ஞாயிற்றுக்கிழமைக்குள்ள கேட்டுர்றேன். உன்னை எனக்குப் பிடிச்சிருக்கு. உம் முகத்தில் இன்னும் அறியாமை இருக்கு. உன் மாதிரி ஆளு எனக்கு தேவைப்படுது.’

‘எதுக்கு?’

‘காத்திரு மகனே, காலம் வரும்போது சொல்றேன். இப்ப என்கூட வர்றியா, சினிமா போகலாம்.’

‘சினிமா?’

‘போலி ஜனங்க பாக்கற, உண்மையான சினிமா. எங்கூட வா, எங்கூட இரு, நிறைய விஷயம் சொல்லித் தரேன். நான் இந்த புல் வெட்டறதை வாழ்நாள் முழுக்கச் செய்யப்போறனா? இல்லை. பெரிய விஷயங்களுக்காகப் படைக்கப்பட்டிருக்கேன். என்ன பெரிய விஷயம்ங்கறது போகப் போகத் தெரியும். இன்னிக்கு தங்கம் என்ன விலை தெரியுமா?’

‘தெரியாது.’

‘தெரிஞ்சுக்க. என்கூட வா!’

கட்டுண்டது போலத்தான் அவன்கூடப் போனேன். பஸ்ஸில இடம் இருந்தாலும் படில நின்னுகிட்டு காத்தாட சவாரி செய்தான். கண்டக்டர் இவனை அதட்டிக் கேக்கலை. கேக்க விரும்பலைன்னுகூடச் சொல்லலாம். கைல ஒரு பை

வெச்சுக்கிட்டு இருந்தான். அதில 'பிறகு', 'மணிக்கொடி காலம்', 'தமிழ் இலக்கிய வரலாறு'ன்னு மூணு புஸ்தகங்கள் வச்சிருந்தான்.

'ஏதாவது படிக்கிறியா?'

'இதெல்லாம் எனக்குப் படிச்சா புரியாது.'

'நம்பறேன். நம்பறேன். உன்னை அப்படி தமிழ்ப் பத்திரிகைக் காரங்க எல்லாம் மரக்க அடிச்சிருக்காங்க.'

மவுண்ட் ரோடில இறங்கிட்டோம். சின்னதா இருந்த ஒரு தியேட்டர்ல சினிமா போட்டாங்க. ஏதோ சொசைட்டியாம். மெம்பர்களுக்கே பிரத்தியேகமான காட்சியாம். 'இதுல நீங்க மெம்பரா'ன்னேன்.

'இல்லை. புரொஜக்டர் ஆபரேட்டர் தெரிஞ்சவரு.' ஒரு பீடியை எடுத்துக் கடித்துக்கொண்டான். பக்கத்தில் ஒரு கனவானிடம் நெருப்பு கேட்டான். 'பாத்தியா?'ன்னான்.

வினோதமான சனங்கதான். தலையைப் பின்னால அலைய விட்டுக்கிட்டு அந்தப் பொண்ணு கரும்பச்சைல நகத்தை எல்லாம் சாயம் போட்டுக்கிட்டு, சிகரெட் பிடிச்சிக்கிட்டு இருந்தா. முரட்டுக் கதர்ல ஜிப்பா, தாடி, கைல பை, பைஜாமா இப்படி எல்லாம் டிரஸ் போட்டுக்கிட்டு சில பேர் வெள்ளைக் காரங்க, கிழவிங்க. உள்ள போனபோது படம் ஆரம்பித்திருந்தது. என்னவோ பாஷை ஹங்கேரியாம்; மொட்டை அடிச்சுக்கிட்டு ஒருத்தன் ஒரு அழகான பெண்ணை கைகால் எல்லாம் குட்டை குட்டையா இருந்த ஒரு கோமாளிக்குக் கல்யாணம் செய்து கொடுக்கறமாதிரி சீன். அவங்க பேசப் பேச கீழே இங்கிலீஷ்ல ஓடிக்கிட்டு இருந்தது. நிறையப் பேசினாங்க. சினிமா முழுக்க மைதானத்தில் நடக்குது. குதிரைகள்லாம் நிறைய ஓடுது. திடீர்னு ஒரு பெண்ணை கவுனை உருவிவிட்டுர்றான். சட்டுன்னு எல்லாரும் கொயட் ஆயிட்டாங்க.

'இதுக்குத்தான் எல்லாரும் வராங்க'ன்னான் பகவான்.

'என்ன கதை இது?'

'புரியலையா? மொட்டைத் தலையன் சர்வாதிகாரி. இவங் கள்லாம் அடிமைங்க. பின்னால குதிரைங்க ஓடிக்கிட்டிருக்கிறது.

அவங்களோட சுதந்தர இச்சையைக் காட்டுவது. அந்த கவுன் அவளுடைய கடைசி உரிமை.'

'கொயட் ப்ளீஸ்!' என்று பக்கத்தில் இருந்து அதட்டல் கேட்டுது.

'போடாங்கோத்தா' என்றான் பகவான். சட்டுன்னு கம்முனு ஆயிட்டாங்க. பக்கத்தில் உக்காந்திருந்தவங்க தள்ளிப்போய் உக்காந்தாங்க. படம் முடிஞ்சு வெளியே வந்தோம். எனக்குக் கொஞ்சம் ஒரு மாதிரி இருந்தது. இந்த மாதிரிக் காட்சிகள் எல்லாம் நான் படத்தில பார்த்தது கிடையாது. வெளிய வந்து ஒரு கடையில டீ சாப்பிட்டோம். பகவான் ரொம்ப நேரம் என்னையே பார்த்துக்கிட்டு இருந்தான். 'ஒரு வீட்டில வேலைக்கு சேரணும் நீ'ன்னான்.

'என்ன வேலை?'

'அந்த வீட்டில் தாராளமா ஒரு அம்மா இருக்காங்க. அவங்களுக்கு ஒரு ஆளு தேவையா இருக்கு.'

'எடுபிடி வேலையா?'

'ஆமாம். ஏன் புல்லு வெட்டறதைவிட இது ரொம்ப உயர்த்தியான வேலைதான்!'

'ஏன், நீங்களே அந்த வேலைக்குப் போகலாமே.'

'எனக்குக் கொடுக்க மாட்டாங்க. முகத்தைப் பார்த்தா நம்பிக்கை வராது. உன் முகத்தில் பால் வடியுது. கேள்வி கேக்காம கொடுப்பாங்க. என்ன சொல்றே?'

'யோசிக்கணும்.'

'யோசிக்காத. அந்த அம்மாவுக்கு ஒரு பொண்ணு இருக்கு. பத்தொம்பது வயசு. சான்ஸ் கிடைச்சா காதல் பண்ணலாம்.'

நான் பேசாம இருந்தேன்.

'வெக்கப்படறே. வெக்கப்பட்டா பொழைக்க முடியாது.'

'வேலை என்னன்னு சரியாச் சொல்லுங்க.'

‘சரியா என்ன சொல்றது! வீட்டு வேலை; கறியா வாங்கிட்டு வரணும். போஸ்ட் ஆபீஸ் போகணும். பாங்க்குக்குப் போகணும். ஒட்டடை அடிக்கணும்... இப்படித்தான்.’

‘சமையல் வேலை?’

‘அது வேண்டாம். அம்மாவே செஞ்சுப்பாங்க. இப்ப வரியா, போய்ப் பார்க்கலாம்.’

‘எனக்கு வீட்டு வேலை செய்து பழக்கமில்லைங்க.’

‘போய்ப் பார்க்கலாமே, பார்த்தா என்ன தப்பு. காசா பணமா?’

‘வேலையை எடுத்துக்கறதா உத்தேசம் இருந்தாத்தானே போய்ப் பார்க்கணும்.’

‘பார்த்துட்டுச் சொல்லேன். நான் கட்டாயப்படுத்தறதா நினைச்சுக்காதே. உனக்கு இஷ்டமில்லைன்னா வேண்டாம்.’

பகவானைச் சந்திச்சதே ஒரு திருப்பம்தான். இது இன்னொரு திருப்பம். எனக்கு வீட்டு வேலைக்குப் போக இஷ்டமே இல்லை தான். வீட்டு வேலைன்னா தாழ்த்தின்னு இல்லை. எனக் கென்னவோ அது பிடிக்கலை. ஏதோ வெளியில வேலை செஞ்சோம், இஷ்டப்படி சம்பாதிச்சோம், இஷ்டப்படி இருந் தோம்!. இது வேற! ஆனா, நான் ஒருவாட்டி சொன்னம் பாருங்க, பகவான் சொல்லை மறுக்கிறது ரொம்பக் கஷ்டம். அவன் குரல், பாவனை எல்லாத்திலயும் ஒரு வற்புறுத்தல் இருந்தது. அவன் பின்னாடி போனேன்.

அசோக் நகர்ல இருந்தது வீடு. குறுக்கே பெரிய எலெக்ட்ரிக் கம்பம் வெச்சு பெரிய ரோடு இருக்கும். அங்கிருந்து திரும்பினா வாட்டர் டாங்க் இருக்குது பாருங்க. அங்கிருந்து சர்ச், அங்கிருந்து கொஞ்ச தூரத்தில தனியா இருந்தது வீடு. பக்கத்து மனைங் கள்லாம் இன்னும் கட்டி முடிக்கலை. வீட்டில நாய் இருந்தது. எங்களைப் பார்த்ததும் ஆக்ரோஷமாப் பாஞ்சு கேட்டுக்கு வந்தது. பகவான் கவலைப்படாம கேட்டைத் திறந்து உள்ளுக் குள்ள நுழைஞ்சான். நாய் கடிக்க வர்றா மாதிரி வந்தது. இவன் கண்டுக்காம, சீ நாயேன்னு அதட்டிக்கிட்டே முறைச்சுக்கிட்டு நடக்கிறான். கொஞ்ச நேரத்தில் நாய் பின் வாங்கிருச்சு! ‘நாம

அதுக்கு பயப்பட்டாத்தான் கடிக்கும். கடிச்சாலும் என்ன, மருந்து போட்டுக்கிறது! அம்மா! அம்மா!'

'யாரு?'

'நான்தாம்மா பகவான்.' வீடு பெரிசாகத்தான் இருந்தது. ரெண்டு பேர்தான் இருக்காங்கன்னு ஆச்சரியமா இருந்தது. வாசல்ல பளபளப்பா மார்பிள் போட்டிருந்தது. தோட்டத்தில ஊஞ்சல் இருந்தது. ஆடிக்கிட்டு இருந்தது. 'ஜேக்கப் சொன்னாருங்க. வீட்டு வேலைக்கு ஆள் தேவைன்னு.'

'யார் நீயா! நீதான் வந்திருந்தியேப்பா. வேண்டாம்னு சொல்லிட்டனே. நீதானே வந்திருந்த?'

'ஆமாங்க. நானேதான். இப்ப எனக்கு வர்லைங்க. இந்த பையனுக்காக. இவன்தாங்க பாவம். நல்ல வேலை இல்லாம கஷ்டப்பட்டுக்கிட்டு இருக்கான். இவனை உங்களுக்கு விருப்பமிருந்தா எடுத்துக்கலாம்!'

அந்தம்மா என்னைப் பார்த்தாங்க. வயசு சுமார் அம்பது இருக்கும். கண்ணாடி போட்டுக்கிட்டு இருந்தாங்க. ராஜ் குமார்னு போர்டுக்கு பக்கத்தில நின்னுக்கிட்டு இருந்தாங்க. இவங்கதான் ராஜ்குமார்னு சொல்லியிருந்தா நம்பியிருப்பேன். நெத்தில ஒண்ணுமில்லை. ராஜ்குமார் இறந்துபோயிட்டார் போல. இந்தம்மா இறுக்கிக் கட்டி மூச்சுத் திணறியே போயிருக்கலாம்! ஏராளமான மாரா. பின் பக்கம் ரெண்டும் கரணை கரணையா இருந்தது. ஆனா உடம்புக்கு ஏத்த உயரம். ஏதோ கவுன்ல இருந்தாங்க. கண்ணாடி பிரேம்ல தங்கம் தெரிஞ்சுது. பாதி காவியா, பாதி நரையா ஒரு தலை முடிச்சு பன் மாதிரி வெச்சிருந்தாங்க. என்னை ஊடுருவிப் பார்த்தாங்க.

'உம் பேர் என்னப்பா?'

'செல்வம்ங்க.'

'எந்த ஊரு?'

'பூதப்பாண்டிங்க. ஆனா, சின்ன வயசில இருந்து அரியலூர்ல தான் வளர்ந்தேங்க.'

'பூதப்பாண்டில யாரு?'

அப்பா பேரு சொன்னேன். 'அவரை எனக்குத் தெரியாதுங்க. சின்ன வயசில இருந்துட்டாரு. மாமாகிட்டதான் வளர்ந்தேன். 'மாமா பேரு சொன்னேன்.

'கேட்டா மாதிரி இருக்குது. எதுக்கும் நான் விசாரிச்சு வெக்கறேன். நீ அடுத்த புதன்கிழமை வரியா.'

'சரிங்க'ன்னு புறப்பட்டபோது மம்மின்னு ஒரு குரல் கேட்டது. திரும்பிப் பார்த்தா அந்தப் பொண்ணு. புள்ளிமான் கணக்கா துள்ளிக்கிட்டு உள்ள போச்சு. போனப்புறம்கூட ஒரு வாசனை பாக்கி இருந்தது. சரியாப் பார்க்க முடியலை. ஆனா, படி தாண்டறப்ப மின்னல் அடிச்சாப்பல பளிச்சுனு தொடை தெரிஞ்சுது. வெளியே வந்ததும் பகவான் ஒரு பீடியைப் பத்த வெச்சுக்கிட்டு, 'சரியாப் பாத்துக்க. இந்த வீட்டிலதான் நாம களவாடப் போறோம்'னான்.

பகவான் சொன்னதைக் கேட்டதும் நான் பயந்துட்டேன். என்னடா இது, இந்தாளானா களவாடறது கிளவாடறதுங்கறான். நல்லா வந்து இவங்கிட்ட மாட்டிக்கிட்டமே, எப்படிக் கழட்டிக்கிறது, இப்படின்னு யோசிச்சுக்கிட்டு வர்றேன். அவன் என்னைப் பார்த்து 'என்ன பேசாம வர'ன்னு தோள்மேல் கைபோட்டான். எனக்கு என்னவோ மாதிரி இருந்தது.

'என்ன பகவான் சொல்ற? களவாடணுமா?'

'ஆமா, அவங்க வீட்டுக்குள்ளே பீரோ நிறைய தங்க நகைங்க வெச்சிருக்காங்க. எதுக்கு இந்த பசு மாட்டுக்குத் தங்க நகை? தாலி அறுத்தாச்சில்லை? இத்தனை நகைங்களைப் பூட்டி வெச்சுக்கிட்டு இத்தனை சொத்தைச் சேர்த்து வெச்சுக்கிட்டு, யாருக்காக? நாளைக்கு செத்துப்போகப் போறியா இல்லையா? மத்தவங்களுக்குப் பிரிச்சுக் கொடுத்தா கொஞ்சம் உபயோகமா இருக்காது?'

'நீ யாரைச் சொல்ற பகவான்.'

'அதான் அந்தம்மா கண்ணாடி போட்டுக்கிட்டு இருந்தாங்கல்ல. பாத்திலை? கண்ணாடி விளிம்பு கூட தங்கம். அந்த வீட்டுக்குள்ள சுமார் நூற்று

அறுபது பவுன் இருக்குன்னாப் பாத்துக்கயேன். வாடா, எடுத்துக் கடான்னு கூப்பிடுது.'

'உனக்கு இதெல்லாம் எப்படித் தெரியும்?'

'ஜேக்கப் சொன்னான். ஜேக்கப்பை நீ சந்திக்கலை இல்லை? வா போகலாம்.'

'இல்லை பகவான். எனக்கு வேற வேலை இருக்கு?'

'என்ன மயிரு வேலை, வாடா!'

'லாண்டிரில துணி கொடுத்திருக்கேன். மூணு நாளா ட்யூ.'

'லாண்டிரியையே வாங்கிடலாம், எங்கூட வா.'

'இல்லை பகவான், அப்புறம் பார்க்கலாம்.'

'இதான வேணாங்கறது. இஷ்டமில்லைன்னா நான் உன்னைக் கட்டாயப்படுத்த மாட்டண்டா. நீ ஒண்ணும் திருடவேண்டாம். கதவைத் தொறந்துவிடு போதும். உன்னைப் பார்த்ததும் அந்தம்மாவுக்கு புடிச்சுப் போச்சு. பொண்ணைப் பார்த்தல்ல?'

'இல்லை.'

'ஏய், டாவ் விடாதே! அது குதிச்சிட்டுப் போறப்ப அதும் பின்னாலேயே முழியை உள்ளயே அனுப்பிச்சுட்டியே. நல்ல சான்ஸ் கிடைக்கும். கவலைப்படாத. இப்ப எங்கூட வா. நம்ம ஃப்ரெண்ட்ஸ் எல்லாரையும் பாரு.'

நான் வேண்டா வெறுப்பாத்தான் போனேன். பகவானைக் கண்டா எனக்கு இப்பப் பயமா இருந்துச்சு. இவன் பேச்சு சகவாசம் எல்லாமே எனக்கு நல்லதில்லைன்னு தோணிப்போச்சு. இருந்தாலும் அவன் பின்னாலதான் போனேன். போறப்ப பஸ்ஸுல கதை சொல்லிக்கிட்டே வந்தான். நுங்கம்பாக்கம் மைதானத்தில குப்பைக் கூளத்தை மலையாக் குவிச்சிக்கிட்டு இருந்த அங்கேருந்து குடிசைங்கள் கொடிகள் எல்லாத்தையும் தாண்டிப் போய் ஜேக்கப்ங்கிற ஆளைத் தேடிப் போனோம். ஜேக்கப் இல்லையாம். கார்ப்பரேஷன் பள்ளிக்கூடத்துக்குப் பின்னால போனோம். பல பேர் புன்னைக் காயை வெச்சுக்கிட்டு கோலி ஆடிக்கிட்டு இருந்தாங்க. எல்லாரும் வளர்ந்தவங்க அங்க போய்

ஜேக்கப் எங்கன்னு கேட்டான். அங்கயும் இல்லை. நடையா நடந்து பஸ்ஸ¬ புடிச்சு ஏதோ பிரிட்ஜாண்டை இறங்கி கொஞ்ச தூரம் நடந்து சமதளமா இருந்த இடத்துக்கு வந்தோம்.

'இது என்னா இடம் பகவான்?'

'இங்கதான் நாம எல்லோரும் கடைசிலே வரப்போறோம். சுடுகாடு'ன்னான். தகரக் கொட்டகை அஞ்சாறு இருந்தது. ரெண்டு மூணு பொகைஞ்சுகிட்டு இருந்தது. கார்ப்பரேஷன் தண்ணிக்குழாய் இருந்தது. அதில தண்ணி புடிச்சுக்க குடத்தோட ரெண்டு மூணு பொம்பளைங்க காத்திருந்தாங்க. அவங்கள்ல ஒருத்தியைப் பார்த்து, 'இரு வரேன், போயிராதே'ன்னு கொஞ்சம் பேசினான். புதைக்கிற ஜனங்களைப் புதைக்கிற இடமும் தனியா இருந்தது. சில பேருக்கு சிமெண்ட் கடப்பைக் கல் போட்டு கல்லறைகூடக் கட்டியிருந்தது. அதில் ஒரு கல்லறைல 'சிவமயம், பாப்பம்மாள். மறைவு'ன்னு 1955-தேதி போட்டு பாப்பம்மாளுடைய தனயன்கள் பேர் எல்லாம் வரிசையாப் போட்டிருந்தது. அது முன்னால கொஞ்சநேரம் பகவான் அமைதியா நின்னான்.

'இது யாரு பகவான்னேன்.'

'பாப்பம்மா தெரியாது?'

'தெரியாது'ன்னேன்.

'எனக்கும் தெரியாது'ன்னான். அங்கிருந்து கொஞ்ச தூரத்தில் ஒரு கல்லறைக்குப் பின்னால நாலைஞ்சு பேர் உக்காந்துக்கிட்டு இஸ்பேடு ஆடிக்கிட்டு இருந்தாங்க. 'ஜேக்கப் இங்கதான் இருக்கியா நீ. புட்சேன் பாரு'ன்னான். ஜேக்கப்ங்கறவன் எழுந்து வந்தான். லுங்கி கட்டியிருந்தான். சுருட்டை சுருட்டையாத் தலை மயிரு. நல்ல கட்டை குட்டையா கஸரத்தெல்லாம் பண்ணுவான் போல இருந்தான். நல்ல கறுப்பு. சட்டைல ரெண்டு மூணு பட்டன் போடாம, மார்ல சங்கிலி தெரிஞ்சுது. கைல பச்சை குத்தியிருந்தான். மூக்கு வாணக்குழா மாதிரி இருந்தது.

'ஜேக்கப்! இதான் நான் சொன்னனே, செல்வம்.'

ஜேக்கப் என்னைப் பார்த்துச் சிரித்தான். ஜேக்கப்கிட்ட இருந்து பகவான் சிகரெட்டை வாங்கிட்டு, அது ஒரு மாதிரி கைய வெச்சுகிட்டு இழுத்துட்டு திருப்பிக் கொடுத்தான்.

'வா, செல்வம். செல்வத்தை அழைச்சுட்டுப் போனியா. மாதா/கிட்ட காட்டினியா?'

'காட்டினேன். புடிச்சுப் போயிட்டாப்பலதான் தோணுது. புதன்கிழமை வரச்சொல்லியிருக்காங்க.'

'நல்லது. வா செல்வம், வந்து உக்காரு. நம்ம மத்த ஃப்ரெண்ட்ஸ் எல்லாரையும் பாரு.'

அங்க விளையாடிக்கிட்டு இருந்தவங்க மூணு பேர் என்னை ஒருமுறை நிமிர்ந்து பார்த்துட்டு ஆட்டத்தில ஜோராயிட்டாங்க. எல்லாரும் ஒரு சிகரெட்டையே சுத்திச் சுத்தி இழுத்துக்கிட்டு இருந்தாங்க. கல்லறையைச் சேர்ந்த சிமிட்டித் தரையில் ஆடுபுலி கோடு நிரந்தரமா வரைஞ்சிருந்தது. துண்டை விரிச்சு சீட்டு ஆடிக்கிட்டே இருந்தாங்க. தூரத்தில அவசரமா சைக்கிள்ல ஒருத்தர் வந்துகிட்டு இருந்தாரு. ரூபா நோட்டெல்லாம் இருந்தது. சீட்டைக் கலைச்சுக்கிட்டு இருந்தவன் என்னைப் பார்த்து 'புதுசா'ன்னான்.

'ஆமாடா. பயமுறுத்தாத.'

'பத்துக்குள்ள ஒரு நம்பர் சொல்லு?'

நான் பகவானைப் பார்த்தேன்.

'பயப்படாத. எல்லாமே நல்லவங்க. உயிரைக் கொடுப்பாங்க. காட்டிக்கொடுக்கவே மாட்டாங்க.'

'பத்துக்குள்ள ஒரு நம்பர் சொல்லுரா'ன்னாங்க! என்னைத் தீக்கண்களால் பார்த்தாங்க. 'எட்டு'ன்னேன்.

'சபாஷ்ரா மாப்பிளை' என்று என்னைத் தட்டிக் கொடுத்து மத்தவங்கிட்ட இருந்து ரெண்டு ரூபா வாங்கிக்கிட்டான். இன்னொருத்தன் சிகரெட்டைப் பிரிச்சு அதுல இருக்கற தூள் எல்லாம் நீக்கிட்டு இருந்தான். எனக்கு ஒரு சிகரெட் கொடுத்/தாங்க. பத்த வைச்சு ஒரு இழுப்பு இழுத்ததும் புடுங்கிக்கிட்டாங்க.

எனக்கு ஒரு மாதிரி, பறக்கற மாதிரி இருந்தது. 'இது என்ன சிகரெட்டு?'

'மால் போட்டது. நல்லா இருக்கா?'

'கொஞ்சம் சூடா இருக்குது!'

'உக்காரு செல்வம்' என்றான் ஜேக்கப். பகவான்கூட கொஞ்சம் தனியாப் பேசினான்.

'சொல்லிட்டல்ல.'

'சொன்னேன். பயப்படறான்.'

'பாரு செல்வம், அந்தம்மா வீட்டில எத்தனை தங்கம் இருக்குது தெரியுமா? நூத்து அறுபது பவுன்!' சிகரெட்டு ஒவ்வொருத்தராச் சுத்தி வளைச்சுக்கிட்டு வந்தது. 'நீ ஒரு நாளைக்கு எத்தனை சம்பாதிக்கிறே? அஞ்சு ரூபாயா? ஒரு நாள்ல லட்சத்துக்கு மேலே பண்ணமுடியும். அவ்வளவுதான். அதோட விட்டுரலாம். நீ கோவா போய்க்க, கொண்டிப்பட்டி போய்க்க, உன்னை விட்டுருவோம். எங்களுக்குக் கதவை மட்டும் திறந்து விட்டுடு. என்ன? சொல்றது புரியுதா?'

'இல்லை. சுத்தமாப் புரியலை.'

'என்னடா இவன்? பகவான் புரியும்படி சொல்லு.'

'திருட்டு. திருட்டுன்னா வேண்டாம். நான் வரலை'ன்னேன்.

'உன்னை யார் திருடச் சொன்னாங்க? பகவான் சொல்லுப்பா, என்ன இது?'

'இதப் பார் செல்வம். நீ திருடவேண்டாம். உனக்கு வீட்டில வேலை கிடைச்சாப் போதும். பாக்கியை நாங்க பாத்துக்கறம்.'

'திருட்டுக்கு உடந்தையா இருக்கணும்ங்கறீங்க.'

'உடந்தையும் இல்லை. குடந்தையும் இல்லை. உம்மேலே ஒரு சந்தேகம் வராது, பாத்துக்கறம். ஜேக்கப் அண்ணன் பிளான் போட்டால், அப்பழுக்கு சொல்ல முடியாது.' அதுக்குள்ள சிகரெட்டு ஒரு ரவுண்டு போயிட்டு மறுபடி என்னாண்டை வந்துருச்சு. ஒருத்தரும் எச்சப் பண்ணிக் குடிக்கலை. விரலிடுக்குல வெச்சுக்கிட்டு உக்கா மாதிரித்தான் இழுத்தாங்க.

அதேமாதிரி நானும் இழுத்துப் பார்த்தேன். எங்கயோ கொண்டு சொருகிச்சு. கல்லறையில எழுதியிருந்த எழுத்தெல்லாம் பளிச்சுனு ஆயிருச்சு. சிவமயம், தோற்றம், மறைவு, தேதி எல்லாம், அப்புறம் தூரத்தில ரோடில போறப்ப சைக்கிள் மணி எல்லாம் நல்லாக் கேட்டுச்சு. காதுல ஓரத்தில கொஞ்சம் சூடாயிருச்சு.

‘நீ ஒண்ணும் கவலைப்படாத. பேசாம புதன்கிழமை அவங்களைப் போய்ப் பார்ப்ப இல்லை? அதுக்கு உனக்கு சம்மதம் தானே?’

‘திருட்டு நோக்கம்னா வேண்டாம்.’

‘அதைப்பத்தி இப்ப யார் பேசினாங்க. மாசம் இருநூறு சம்பளம் தருவாங்க. ஒரு வேளை சாப்பாடு, காப்பி எல்லாம் தருவாங்க. தங்க இடம் வேணுமின்னா அவுட்ஹவுஸில ரூம் கொடுப்பாங்க. சம்மதம்தானே. வேலையை எடுத்துப்ப இல்லே?’

‘திருட்டுன்னா வேண்டாம் பகவான். அது பாவம்!’

‘இது என்னடா இது, மகாத்மா காந்தியை அழைச்சுக்கிட்டு வந்திருக்க!’

‘இரு ஜே! இவங்கூட நான் இன்னும் துப்புரவாப் பேசல. பேசினதும் சரியாப்போயிடும். ஆள் புதுசு! இதப் பாரு செல்வம், பாவம்னு ஒண்ணும் கிடையாது. யாருக்கும் எந்த விதத்திலும் நாம தொந்தரவு பண்ணப்போறதில்லை. அவங்க திருட்டு போனாக்கூட முழுமையும் போலீஸ்கிட்ட சொல்லமாட்டாங்க. சொல்லமுடியாது. வெல்த் டாக்ஸ் கட்டாம பூட்டிப் பூட்டி வெச்சிருக்காங்க. இருக்கிற ரொக்கத்துக்கு அக்கவுண்டு கிடையாது. இந்த மாதிரி பணம், லெச்சுமியைப் பூட்டி வெச்சிருக் காங்க. அதில் கொஞ்சம் நாம அவுத்துக்கிட்டா ஏதும் மோசம் போயிராது.

‘இல்லை பகவான், எனக்கு இஷ்டமில்லை. என்னை விட்டுருங்க.’

‘சரிதான்!’னு ஜேக்கப் அலுத்துக்கிட்டான்.

‘சரி, விட்டுட்டாப் போச்சு. இந்தா இன்னொரு தபா இழுத்துக்க. ஜேக்கப்! நாம வேற ஆளைப் பார்த்துக்கலாம். இஷ்டமில்லாத ஆளுங்களை வெச்சுக்கறதில அர்த்தமில்லை.’

மூணாந்தடவை இழுப்பில எனக்கு மயக்கமே வந்திருச்சு. ஒரு மாதிரி தள்ளாடினேன். ‘வா போலாம்’னான் பகவான். அவங்கூட மிதந்துக்கிட்டுத்தான் போனேன். கொஞ்சம் இருட்டிச்சு. கார்ப்பரேஷன் விளக்கு ரத்ன ஊசி மாதிரி சொலிச்சுது. வரட்டி வெச்சு புகைஞ்சுக்கிட்டு இருந்த வாசனை புடுச்சிருந்தது.

விரும்பமில்லாத் திருப்பங்கள் ✵ 33

தண்ணிக்குடம் எடுத்து வந்தவங்க எல்லாரும் போயிட்டாங்க. அந்தப் பொண்ணு மட்டும் பாப்பம்மாள் கல்லறையில காத்திருந்தது. கிட்ட போய் பகவான் தண்ணிக் குடத்தை வாங்கிக்கிட்டு அதைக் கன்னத்தில தட்டிக் கொடுத்தான். 'இதான் செல்வம், நான் சொல்லலை'ன்னான் 'அப்படியா'ன்னு என்னைப் பார்த்துச் சிரிச்சுது. ரொம்ப தூரத்தில கேட்டாமாதிரி இருந்தது. அப்புறம் என்ன நடந்திச்சுன்னே விவரமாத் தெரியலை. பகவானோ அந்தப் பெண்ணோ என்னைக் கூட்டிக் கிட்டு போறதும் கீழே மணல், ராத்திரி ஆனாலும் சுட்டுக்கிட்டு இருந்ததும், என்னை அந்தப் பெண்ணா, அல்லது கன்யாவா யாரோ தெரியலை, கீழே உக்காத்தி வெச்சு முழங்காலைத் தடவினதும். அப்புறம் என் மூஞ்சியை கொண்டுட்டு போய் மெத்துனு வெச்சதும், நான் குழந்தையாப் போயி எங்க அம்மா கிட்ட பால் சாப்ட்டதும், ரதத்தில உலாத்தினதும், பகவான் சொன்ன ஈசாப் கதைல சிங்கம் ராஜகுமாரியைக் காதல் பண்ணதும், காட்டுக் குதிரை மாதிரி புடனில எல்லாம் காத்தடிக்க ஓடினதும், சரியா வெச்சுக்கங்கன்னு யாரோ சொன்னதும், வரேன் கன்யான்னு நான் திருப்பிச் சொன்னதும், எப்ப ரூமுக்குப் போனேன், எப்ப சாப்பிட்டேன், எப்பப் படுத்தேன், எப்பத் தூங்கினேன்.

புதன்கிழமை நான் அங்க போறதாவே இல்லை, வழக்கம்போல டெய்லி வேஜ்ல புல்லு வெட்டத்தான் போனேன். பகவானும் வந்திருந்தான். 'என்ன தீர்மானிச்சியா?'ன்னான்.

'தீர்மானிச்சுட்டன். நான் வரதில்லை'ன்னேன்.

'சரி, பரவாயில்லை. அதுக்காக என்ன? சிகரெட்டுப் பிடிக்க வாவது வருவல்லை?'

'அதும் வேண்டாம். பகவான்'னேன். ஆனா, உள்ளுக்குள்ள என்னவோ ஒண்ணு அது வேணும்னிச்சு.

X

பகவான் என்கூட வரலை. ஆனா ரொம்ப வற்புறுத்திச் சொன்னான். 'அங்கே போய் விசாரி. அவங்க என்ன சொல்றாங்க, உன்னை எடுத்துக்கறாங் களா கேட்டுப் பாரு. கேட்டா என்ன போச்சு'ன்னான். எனக்கு ஆட்டோ சார்ஜு கொடுத்து அசோக் நகராண்டை கொண்டு விட்டான்.

நான் ஏதும் தீர்மானிக்காம அந்த வீட்டை நோக்கிப் போனேன். நாய் என்னைப் பார்த்ததும் ரொம்பச் சத்தம் போட்டுச்சு. அந்தப் பொண்ணு வந்து அதை லிஸ்ஸின்னு கூப்ட்டு தடவிக் கொடுத்து சமாதானப் படுத்தினா. அதும் பக்கத்தில குந்தி உக்காந்துக்கிட்டு அதை அடக்கிப் பிடிச்சு என்னைப் பார்த்து 'வாப்பா, ஒண்ணும் பண்ணாது'ன்னா. முழங்கால் ரெண்டும் சாத்துக்குடி மாதிரி தெரிஞ்சுது. இன்னும் ரெண்டு சாத்துக்குடியும் தெரிஞ்சுது. அந்தப் பொண்ணு கண்ணில ஒருவிதமான தாகம் இருந்தாப்ல எனக்குத் தோணிச்சு. என்னைத் தயக்கமில்லாம நேராப் பார்த்தா. பார்வையில் என்னை அளக்கறா மாதிரித் தோணிச்சு. எனக்குத்தான் கூச்சமா இருந்தது. வாளிப்பு அது இதுன்னு புஸ்தகத்தில வர்ணிப்பாங் களே எல்லாரும், இவளைப் பார்த்தா பேனாவைக் கீழ போட்டுட்டு தொழிலை விட்டுருவாங்க. நல்ல வளத்தி, பத்தொம்பது வயசுதான்னு அப்புறம் எனக்குத் தெரிஞ்சது. சட்டையை இறுக்கி இடுப்பில்

முடிச்சு போட்டுக்கிட்டு ஒரு புஸ்தகத்தை கழுத்துக்கீழ அதக்கிக் கிட்டு நாயைக் கட்டுப்படுத்தின அந்த பேபியை முதல் தடவை பார்த்ததை நான் சன்மத்துக்கும் மறக்கமாட்டேன். அந்தக் காட்சியும் என் வாழ்க்கையில் ஒரு திருப்பம்தான். எங்கிட்ட உள்ள இருந்த என்னவோ இச்சையெல்லாம் தாறுமாறாக் கிளப்பிவிட்டு அந்த வீட்டில் நிச்சயம் வேலை கிடைச்சா, செய்தாகணும்னு அப்பவே தீர்மானிக்க வெச்சுது. அம்மா வந்தாங்களா, என்னைப் பார்த்துச் சிரிச்சாங்க. 'இதப் பாருப்பா, உன்னைப் பத்தி உங்க ஊர்ல விசாரிச்சுப் பார்த்துட்டேன். நல்ல நம்பிக்கையுள்ள பையன்தான்னு ரிப்போர்ட் வந்தது. தெரிஞ்சவங்க போலீஸ்ல எஸ்.பி-யா இருக்காரு. அவர் மூலமா விசாரிச்சுப் பார்த்துட்டேன். இந்த மாதிரி விசாரிக்கவேண்டியது அவசியமா இருக்குது. இந்த நாட்களில் யார் நல்லவன், யார் கெட்டவன்னு லேசில சொல்ல முடியறதில்லை பாரு. உனக்கு இந்த வீட்டில வேலை செய்ய இஷ்டம்தானே.'

அம்மா பின்னாடி நாயைக் கட்டுப்படுத்திக்கிட்டு அந்தப் பொண்ணு நிக்கறா.

'இஷ்டம்தாம்மா.'

'படிச்சிருக்கியா?'

'அம்மா பி.யூ.சி. வரை படிச்சு நிறுத்திட்டம்மா.'

'ஏன்?'

'அது வந்து... வந்து நல்லாத்தாம்மா படிச்சுக்கிட்டு இருந்தேன். கடைசிப் பரீட்சையின்போது பரீட்சை எழுதிக்கிட்டு இருந்தப்ப ஹால் டிக்கெட் கேட்டாங்கம்மா. பைல ஒரு பேப்பர் தற்செயலா வெச்சிருந்தம்மா. அதை எடுத்துக் காட்டிட்டம்மா. டீபார் பண்ணிட்டாங்க. அதுக்கப்புறம், எங்கம்மா இறந்துபோயி எல்லாமே வேற மாதிரி ஆயிடுச்சு.'

அம்மா லேசாச் சிரிக்க ஆரம்பிச்சாங்க. 'சபாஷ்! உன்னைப் பாராட்டறேன். பொய் சொல்லலை நீ. யூ ஆர் ரியலி எ குட் பாய்! உன்னைப் பார்த்தப்பவே இன்னொஸன்ஸ் தெரிஞ்சுது. உன்னைப் பற்றி உங்க ஊர்ல விசாரிச்சப்ப இந்த பரீட்சை சம்பவத்தைப் பத்தி தகவல் கிடைச்சுது. அதை நீயா பொய் சொல்லாம ஒத்துக்கிட்டதை நான் பாராட்டறேன். எப்ப வேலைக்கு வர!'

‘அம்மா நீங்க எப்ப சொல்றீங்களோ அப்ப.’

‘நாளைக்கே வரியா? சம்பளம் முதல்ல நூத்தம்பது கொடுப்போம். ஆறு மாசம் கழிச்சு இருநூறு ஆக்குவோம். காலைல இருந்து என்ன என்ன வேலை செய்யணும்கிறதை நாளைக்கு வந்தா சிஸ்டமாட்டிக்கா பட்டியல் போட்டுக் கொடுத்துர்றேன். அதுப்படி செஞ்சாப் போதும். சமையலுக்கு, தோட்ட வேலைக்கு எல்லாம் ஆளு இருக்குது. லாண்டிரிக்குப் போகணும், லைப்ரரிக்குப் போகணும், மாதாந்திரச் சாமான்கள் வாங்கணும். பாங்க்குக்குப் போகணும். இந்த மாதிரி நிறையவே இருக்குது. எல்லாம் சொல்றேன். நாளைக்கு வரியா?’

‘வரம்மா.’

‘எங்க தங்கியிருக்கே?’

‘அம்மா தங்கறதுக்குத்தான் சரியா இடம் இல்லை!’

‘அவுட்ஹவுஸ்ல ரூம் கொடுத்தா இருக்கியா?’

‘தாராளமா!’

‘சரி, அதையும் நாளைக்குப் பார்த்துக்கலாம். நிம்மி! டு யூ லைக் திஸ் சாப்?’

‘உம் பேர் என்னப்பா?’

‘செல்வம்.’

‘ஓ ஸெல்வம்! இந்த புக்ஸ் எல்லாத்தையும் லைப்ரரில கொடுத்துட்டு வர்றியா.’ இங்கிலீஷ் மாதிரி தமிழ் பேசினாள்.

‘நாட் நௌ டியர். ஃப்ரம் டுமாரோ!’

‘ஓகே மாம்!’

‘செல்லமா வளர்ந்த பொண்ணு. அவ எது கேட்டாலும் செய்யணும். தெரியுதா?’

‘சரிங்கம்மா.’

வீட்டை விட்டு வெளியே வந்ததும் பஸ் ஸ்டாண்டு கிட்டயே காத்திருந்தான்.

'என்னடா? என்ன ஆச்சு'

'வேலையை ஒப்புத்துக்கிட்டேன் பகவான்'னேன்.

'சபாஷ்ரா மாப்பிள்ளை. குட்டியைப் பார்த்ததும் ஒப்புத்துக் கிட்ட! எனக்குத் தெரியும்.'

'ஆனா, நான் உங்களுக்கு எந்தவிதமான உதவியும் செய்யப் போறதில்லை.'

'அதைப்பத்தி யார்றா இப்பப் பேசினாங்க? நீ வேலையை ஒப்புத்துக்க முதல்ல.'

'உங்க சகவாசமே இனி வேண்டாம்!'

'சரி, சகவாசம்தான் வேண்டாம்! சின்னதா ஒரு இழுப்பு இழுத்துட்டாவது வரலாமில்ல?'

'வேண்டாம்.'

'அப்ப சரி' என்று கிளம்பினான்.

நான் அவனை நிறுத்தி, 'சரி! உனக்காகக் கடைசி முறை வரேன்'னேன்.

கடைசி முறைன்னே ஏதும் கிடையாதுன்னு எனக்கு அப்ப தெரியலை!

மறுநாளைக்குக் காலைலயே போயிட்டேன். நாயைக் கட்டிப் போட்டிருந்தாங்க. அது பெல்ட்டை மீறிக் குரைச்சுது. நிம்மி வந்து அதை அடக்குவான்னு எதிர்பார்த்துக்கிட்டு இருந்தேன். அம்மாதான் வந்தாங்க. 'வாப்பா செல்வம்! காப்பி சாப்பிட்டியா. வத்ஸலா! செல்வத்துக்குக் காப்பி போட்டுக் கொண்டு வா. உள்ள வாப்பா. நாய் ஒண்ணும் பண்ணாது. ஏய், லிஸ்ஸிம்மா! போதும்மா! இது நம்ம வீட்டு ஆளு! எங்க ஷேகாண்ட்? ஷேகாண்ட்'னாங்க.

நாய் ரொம்ப வாலை ஆட்டிட்டு எனக்காக ஒரு காலை நீட்டிச்சு. அதைத் தயக்கமாத் தொட்டு ஷேகாண்ட் கொடுத்தேன். உள்ள போனேன். பிரமிப்பா இருந்தது.

வாசல்பக்கம் பெரிசா அந்தம்மாவோட புருஷன் படம் மாட்டி மாலை போட்டிருந்தது. கதவெல்லாம் நல்ல தேக்கில இருந்தது.

உள்ள ஹால்ல கீழ பெரிசா விரிப்பு விரிச்சிருந்தது. ஒரு சுவர் பூரா போஸ்டர் பொம்மை ஒட்டியிருந்தது. பளபளன்னு முந்தாநாள் தான் கட்டி முடிச்ச வீடு மாதிரி இருந்தது. துப்புரவாத் துடைச்சு எங்க பார்த்தாலும் மொஸேக் போட்டு அலமாரில ஏகப்பட்ட ஃபாரின் சாமான்கள். விளக்கமாறுகூட பாரினா இருக்கும் போல இருந்தது. அந்தம்மாகிட்ட செண்டு வாசனை ரொம்பத் தூக்கலா இருந்தது. அந்தம்மா இன்னிக்குக் கொஞ்சம் ஃபாஷனாத்தான் டிரஸ் போட்டுக்கிட்டு இருந்தாங்க. கண்ணாடி போடாம ஒரு மாதிரியா கழுத்திலே இருந்து கால்வரைக்கும் கவுன் மாதிரி போட்டுக்கிட்டு இருந்தாங்க. லேசா லிப்ஸ்டிக் தீட்டியிருந் தாங்க. நான் முன்ன சொன்னாப்பல நல்ல உயரம்தான். திமுசுக்கட்டை மாதிரின்னு எங்க ஊர்ல சொல்லுவாங்க. 'உள்ள வா செல்வம்'னு சொன்னாங்க. இதுதான் ஆபீஸ் அறை. அன்னன்னிக்கு தபால் வரதை இந்த மேசைமேல வெச்சுரணும். தெரியுதா? அப்புறம் கொஞ்சம் கொஞ்சமா உன்னை அக்கவுண்ட்ஸ்லயும் ஈடுபடுத்திர்றேன். நீ எப்பவும் இந்த ஹாலில் நுழையலாம். இந்த ஆபீஸ் அறைக்குள் நுழையலாம். அதோ பாரு. அந்தப் படத்தில இருக்காரு பாரு. அவரு வூட்டுக்காரரு. இறந்து போயிட்டாரு.

'தனியா ஒரு பொம்பளை வயசுவந்த பொண்ணையும் வெச்சுக்கிட்டு சொத்துக் கணக்கு பூராவையும் பார்த்துக்கிட்டு இருக்கறது எத்தனை சிரமம்! எனக்குக் கிட்டத்து உறவுக்காரங்க யாரும் இல்லை. மற்ற உறவுக்காரங்களுக்கு பணத்து மேல்தான் ஆசை அல்லது இந்தப் பொண்ணை எப்படியாவது தங்க குடும்பத்தில் கட்டிக்க வெச்சுரணும்னு ஆசை. எனக்கு அதைப் படிக்க வெக்க ஆசை. எனக்குக் கிடைக்காத சுதந்தரங்கள் அதுக்குக் கிடைக்கணும்னு ஆசை. அது அமெரிக்கா போகணும், பிசினஸ் மேனேஜ்மெண்ட் பண்ணணும்னு எல்லாம் ஆசை. என்னைப் பொருத்தவரையிலும் நான் ரொம்ப நேரான பொம்பளை. பொய் உதவாது. எனக்கு நம்பிக்கைத் துரோகம் உதவாது. எனக்குத் திருட்டு உதவாது. இத்தனை பெரிய வீட்டில் ஒரு சின்னத் திருகாணி காணாம போனாக்கூட தெரிஞ்சுரும். ஏதாவது தொலைஞ்சது, நான் எல்லாரையும் சந்தேகப்படுவேன். அது மட்டும் ஞாபகம் வெச்சுக்க. பொருள் அகப்படற வரைக்கும் என் சந்தேகம் எல்லார் பேர்லயும் இருக்கும்.'

'சரிங்கம்மா.'

விரும்பமில்லாத் திருப்பங்கள் ✻ 39

‘உன்னுடைய முதல் காரியமா சரஸ்வதியில ஆரம்பி. இந்த அலமாரியில உள்ள புஸ்தகங்களை டைட்டில் வாரியா ஒழுங்கா அடுக்கி வை. எப்படி அடுக்கற பார்க்கலாம்.’

அந்தம்மா போயிட்டாங்க. வேலைக்காரப் பொம்பளை எனக்கு ஒரு கப்பில காப்பி கொண்டாந்து கொடுத்தது. நான் அதைக் குடிச்சிட்டு அந்தப் புஸ்தகங்களைப் பார்த்தேன். நிறைய இங்கிலீஷ் நாவல்கள். ஒண்ணைப் பார்த்தேன். நிம்மின்னு கையெழுத்து பறந்தது. புஸ்தகத்தில வரிகள் எல்லாம் அடிக் கோடிட்டிருந்தன. பெரும்பாலும் கதைப் புஸ்தகங்கள்தான். எல்லாத்தையும் எடுத்து வெச்சு அதை முதல்ல லிஸ்ட் எடுத்தேன். டைட்டில் வாரியா அதை அகர வரிசைப்படுத்தி அடுக்கினேன். ஒரு நோட்டுப் புத்தகத்தில் எந்தப் புத்தகம் எந்தத் தட்டில இருக்குன்னு குறிப்பெடுத்துக்கிட்டேன். அப்ப அந்தப் பொண்ணு உள்ள வந்தா.

‘என் பொஸ்தொகோம் எல்லாம் எதுக் எடுக்றே’

‘அம்மாதான் அடுக்கி வெக்கச் சொன்னாங்க.’ அவ என்கிட்ட வந்து நான் அடுக்கியிருக்கிறதைப் பார்த்து, என் நோட்டுப் புத்தகத்தையும் பார்த்து, ‘பரவால்லையே, நல்லா இருக்கே’ன்னா. ஒரு மாதிரி கொஞ்சல் மாதிரிதான் பேச்சு. அது அவ வயசால நல்லா இருந்தது. கொஞ்சம் வயசானவங்க அந்த மாதிரிப் பேசினா செவிட்டில அறையலாமான்னு தோணும். அந்தப் பொண்ணு வந்ததும் என் வேலை குட்டிச்சுவராயிருச்சு. அப்பத்தான் தூக்கம் முழிச்சிருந்தாப் போல. சன்னலுக்குப் பக்கத்தில் சோபாவில் உக்காந்துக்கிட்டு நியூஸ் பேப்பரை மனசில்லாம புரட்டினா. கால்மேல் கால் போட்டுக்கிட்டா. டிரஸ்ஸிங் கவுன் போட்டுக்கிட்டு இருந்தா. மார்ல பட்டன் எல்லாத்தையும் பத்திக் கவலைப்படலை. தலையைத் கோதி விட்டுக்கிட்டா. வேலைக்காரப் பொண்ணு வந்து தலை மயிரை பிரஷ் போட்டு வாரி விட்டுக்கிட்டு இருக்க, அவ பாட்டுக்கு ஸ்டீரியோவில் பாட்டு போட்டுக் கேட்டுக்கிட்டு இருந்தா.

‘இந்தாளூ புதுசாம்மா’ன்னா வேலைக்காரப் பொண்ணு. ரெண்டு பேரும் என்னைப் பார்த்தாங்க.

‘ஆமா, வத்ஸலா! ஏய்! இங்க வா, உம் பேரு என்ன சொன்னே?’

‘செல்வம்?’

வேலைக்காரப் பொண்ணு பட்டன் போட்டுவிட்டுச்சு. 'ஸெல்வம்! இப்ப புஸ்தொகம் அடுக்கின பாரு, அதே மாதிரி இந்த காஸெட் எல்லாத்தையும் அடுக்கிடிரியா?'

'சரிம்மா.'

'பாத்ரூம்ல வெந்நீர் ஸ்டூச் போட்டிருக்கா பாரு. ஸெல்வம்'னா.

'எனக்கு பாத்ரூம் எங்கன்னு தெரியாதும்மா.'

'வத்ஸலா! நீ போய்ப் போடு. நான் சீக்கிரம் குளிச்சிட்டு காலேஜ் போகணும். டிரைவர் வந்தாச்சா பாரு, ஸெல்வம்'னு என்னைப் பாத்து சிரிச்சா. எனக்குத் தப்புத் தப்பா எண்ணங்கள்லாம் வர்ற மாதிரி இருந்தது. அந்த காஸெட்டுகளை எல்லாம் அடுக்கி வைக்க ஆரம்பிச்சேன். கார்ப்பெட்டில் உக்காந்துக்கிட்டு சற்று தாழ்வா இருந்த கண்ணாடி அலமாரியில ஒவ்வொண்ணா அடுக்கி அடுக்கி வெச்சேன். பெரும்பாலும் இங்கிலீஷ் பாட்டுக்களா இருந்தது. தமிழ்ல பித்துக்குளி முருகதாஸ் பக்திப் பாடல்கள், பாம்பே சிஸ்டர்ஸ், எம்.எல். வசந்தகுமாரி எல்லாம் இருந்தது. தமிழெல்லாம் அம்மா, இங்கிலீஷெல்லாம் பொண்ணுன்னு நினைச்சுக்கிட்டு இருக்கிறபோது, 'என்ன? ஆச்சா'ன்னு கேட்க, நிமிர்ந்து பார்த்தா அந்தப் பொண்ணு. குளிச்சுட்டு தலை பூரா துண்டு சுத்திக்கிட்டு உடம்புல முக்கால் பாகம் டவல் போத்திக்கிட்டு வெறுங்கால்ல நின்னுக்கிட்டு இருக்கா. குனிஞ்சு நான் அடுக்கி வெச்சிருக்கிறதை மாதிரி பார்க்கறப்போ எனக்கு என்னவோ போல ஆயிருச்சு. இந்த வீட்டில எனக்கு உணர்ச்சிபூர்வமா ரொம்பக் கொடுமை காத்துக்கிட்டு இருக்குன்னு உள்ளுக்குள்ள ஏதோ சொல்லிச்சு. இருந்தும் இந்த வீட்டுக்குத் திரும்பத் திரும்ப வரணும், இதில் வேலை செய்யணும்னு...

நீங்க உடனே அந்தப் பொண்ணுமேல எனக்கு விபரீத ஆசை, ஒரு நாள் அவளை பலாத்காரம் பண்ண முயற்சிக்க போறேன்னு எண்ணிக்காதீங்க. அதெல்லாம் இல்லை. அந்த மாதிரி ஆளே இல்லை நான்! ஆனா, அத்தனை இளமையா, அத்தனை ஆரோக்கியமா இருக்கிற பெண்ணை அடிக்கடி பார்க்கச் சந்தர்ப்பம் கிட்டப் போவுதுங்கிற எண்ணமே எனக்குக் கிறக்கமா இருந்தது. அதே சமயம் பகவான் கோஷ்டியை நினைக்கிறபோது

வயிற்றில் பகீர்னுது. மத்தியானம் எனக்குச் சாப்பாடு கொடுத் தாங்க. பழைய சட்டையெல்லாம் அந்தம்மா எனக்குக் கொடுத் தாங்க. காரை எடுத்துக்கிட்டு பாங்க்குக்கு போகச் சொன்னாங்க. மார்க்கெட் எங்க இருக்குன்னு பார்த்துக்கச் சொன்னாங்க. அவுட் ஹவுஸைத் திறந்து காட்டினாங்க. சின்னதா ஒரு ரூம் இருந்துச்சு. அதில கட்டில் போட்டிருந்தது. கொசுவலைக்குச் சட்டம் வெச்சிருந்தது. தனியா கக்கூஸ் இருந்தது. ஒரு ஆளுக்குப் போதும். அன்னைக்கே சாயங்காலமே என் சொற்ப உடைமை களை எடுத்துக்கிட்டு அங்க வந்துட்டன். அறையில் முதல்ல எங்கம்மா படத்தை மாட்டினேன். ஷேவிங் சாதனம் எல்லாம் நீட்டா எடுத்து வெச்சுக்கிட்டேன். கொடி கட்டிக்கிட்டேன். பானைல தண்ணி புடிச்சுகிட்டேன். அப்புறம் ஜன்னலுக்கு எல்லாம் பேப்பர் ஒட்டினேன். வாச பத்தி ஒரு பாக்கெட் வாங்கி வெச்சுக்கிட்டேன். இனி நான் உண்டு, என் வேலை உண்டு, அந்த பகவான் பக்கமே போகக் கூடாதுன்னு தீர்மானிச்சேன். அவன் இனிமே வரப்போறதில்லை. நாமும் அவன் பக்கமே திரும்பாம இருந்துட்டா கொஞ்ச நாளில என்னை விட்டுரு வாங்க. அதனால இனி அந்த ஜேக்கப், பகவான் இவங்களை எல்லாம் பார்க்கறதில்லைன்னு தீர்மானிச்சேன். வீட்டிலயே ஒரு பழைய புஸ்தகத்தை எடுத்து வெச்சுக்கிட்டு படிக்கிறேனா; சாயங்காலம், நெஞ்சுக்குள்ள ஏதோ குறு குறுங்குது. ஏதோ தாகம் மாதிரி, என்னடான்னு யோசிக்கிறேன். என்னவோ செய்யணும் போலவும், செய்யாத விட்ட மாதிரியும் இருக்குது. பகவானைப் போய் ஒரு முறை பார்த்துட்டு வந்துட்டாப் பரவாயில்லைன்னு தோணிச்சு!

அம்மாகிட்ட பர்மிஷன் வாங்கிக்கிட்டு பகவானை நோக்கிப் போறேன். அதே சுடுகாடு, அதே கொட்டாயி, அதே ஜேக்கப், அதே ஜுது. எதுவும் மாறலை.

'வா செல்வம்! நீ வருவன்னு தெரியும்! வராம போயிருவியா!'

'இல்லை பகவான், இதான் கடைசி.'

'சரிப்பா, என்ன? எல்லாம் பாத்து வெச்சுக்கிட்டியா?'

'அதுக்கெல்லாம் எனக்கு அனுமதி கிடையவே கிடையாது. வாசப்பக்கம் ரூமைத் தவிர எதுலயும் நான் நுழையக் கூடாதுன்னு அம்மா சொல்லிட்டாங்க.'

'அதெல்லாம் ஆரம்பத்தில அப்படித்தான் இருக்கும்!'ன்னான் ஜேக்கப். 'அப்புறம் பாரு, அந்தம்மா பெட்ரூமிலயே உன்னைக் கூப்பிட்டு வெச்சுப்பாங்க, என்ன பகவான்?'

'சேச்சே! நம்ம தம்பி அந்த வழிக்குப் போகாதுப்பா. மகாத்மா காந்திப்பா!'

நான் அவங்க சொல்றதை எல்லாம் சரியா காதில வாங்கிக்காம அவங்க தயார் செய்துகிட்டு இருந்த சிகரெட்டையே பாத்துக் கிட்டு இருக்கேன்.

X

அவங்க என்னை 'உக்காரு, உக்காரு'ன்னு உபசாரம் பண்ணி முழுசா சிகரெட்டு கொடுத்தாங்க. அப்புறம் 'மட்டன் கடிச்சிருக்கியா செல்வம்'னு கேட்டாங்க. எனக்கு அவங்க என்ன கேக்கறாங்கன்னு தெரியலை. நல்லா உக்காந்துக்கிட்டு ஒரு இழுப்பு இழுத்தேன். பகவான் என் பக்கத்தில உக்காந்துகிட்டு என்னைத் தடவிக் கொடுத்தான். 'இதப் பாரு, உன்னை யாரும் கட்டாயப்படுத்தப் போறதில்லை. நீ எப்ப இஷ்டமோ அப்ப எங்கிட்ட வரலாம்'னான். அவன் சொன்னது எல்லாம் வெளி உலகத்து வார்த்தைகள். எனக்கு உள்ள வேற என்னவோ நடந்துக்கிட்டு இருக்குது. அவங்க சிரிச்சபோது எதுக்கு சிரிக்கிறாங்கன்னு தெரியாமயே நானும் சிரிச்சேன். சிரிக்கணும் போல இருந்தது. ஜேக்கப் நடுநடுவுல மலையாளத்தில பேசிக்கிட்டான். எனக்கும் பேசணும் போலத்தான் இருந்தது. முயற்சி பண்ணப்ப வார்த்தைகள்லாம் மனசுக்குள்ள அங்க இங்க பறந்துக்கிட்டு இருந்தது. நல்லாக் குந்தி உக்காந்துக்கிட்டு ஒரு கல்லறையில முதுகை சாச்சுக்கிட்டு அவங்க சொல்றது என்னன்னு ரொம்ப முக்கி கவனிச்சேன். பகவான் சொன்னான்.

'உலகத்தில மூணு ஜாதி. பணக்காரன், பிச்சைக்காரன், பைத்தியக்காரன்.'

'திருடன்?' ஜேக்கப் கேட்டான்.

'எல்லாருமே திருடங்கதான். திருடற விதம்தான் வேறுபடுது.'

'திருடற பொருளும் வேறுபடுது! செல்வம்! நீ என்ன திருடப் போற?'

'மனசை'ன்னேன்.

'யார் மனசை?'

'நிம்மி'ன்னேன்.

'ஓ! அந்தப் பொண்ணா?'

பகவான் கேட்டான். 'ஏய்! நீ எப்பவாவது முழுக்க ஒரு பெண்ணை அனுபவிச்சிருக்கியா?'

'இல்லை'ன்னேன்.

'இப்ப போகலாம் வரியா? கூட்டிட்டுப் போறேன்.'

'வேண்டாம். எனக்கு பஸ்ஸு போயிரும்.'

'நாம எல்லாருமே கார்ல போகப் போறோம்டா! தெரியுமா? ஜேக்கப், மொத்தம் எத்தனை பேரு?'

'நாலு பேரு போதும் பகவான். நான், நீ, மகாத்மா காந்தி, அப்புறம் இந்த சோட்டு...'

'அந்த வீட்டில திருடக் கூடாதுப்பா. துரோகம்'னேன்.

'பன்னாடை! அவங்க நமக்கு இழைக்கிற துரோகத்தைப் பத்தி உனக்குத் தெரியுமா? ஒரு வேளை சோத்துக்கு இல்லாம கஷ்டப்படறோமே, கூப்ட்டு சோறு போடுவாங்களா? சொல்லு! எவ்ள வேஸ்ட் பண்றாங்க. நீயே பாரு. சினிமா டிக்கெட், புஸ்தகம், ஸ்னோ, பவுடர், காரு, பெட்ரோல், ஐஸ்கிரீம், சாக்லெட்டு, இதெல்லாம் இல்லாம ஒரு மனுசனால உயிர்வாழ முடியாதா சொல்லு!'

எனக்கு வாயிலெடுக்கணும் போல வந்துச்சு. ரொம்ப ரொம்பத் தாகமா இருந்துச்சு. சின்னப் பையன்கிட்ட பகவான் சொன்னான்.

அவன் ஒரு அலுமினியக் கிண்ணில தண்ணி கொண்டுவந்து கொடுத்தான். தண்ணி என்ன என்னவோ கலரா இருந்திச்சு.

அதுக்குள்ள ஒரு வாய் இருந்துச்சு. எனக்குப் பெரிசா ஒரு வாக்கியம் சொல்லனும் போல ஆசையா இருந்துச்சு. சொல்ல முடியலை. நாக்கு பிறளலை. தண்ணி குடிச்சுப் பார்த்தேன். எதிர்த்தாப்பல எங்க ஊர்ல இருந்துக்கிட்டு யாரோ ஒருவன் தண்ணி குடிக்கறாப்பல இருந்திச்சு. மனசுக்குள்ள எண்ணம் என்னவோ சுத்தமாத்தான் இருந்திச்சு. பேச முடியலை. நேராப் பார்த்தா ஒரு மாதிரி வட்டமா தெரிஞ்சுச்சு. அதனால கொஞ்சம் பயமாவும் பயமில்லாதயும் இருந்திச்சு. பேசாம மண்லயே படுத்துட்டன்.

'வேண்டாம். மேல கொடுக்காத. போதும்'னான் பகவான்.

'கொஞ்சம் டீ சாப்ட்டாச் சரியாப் போயிரும்.'

'சரியாத்தான் இருக்கான். புதுசில்லை! பழகிரும்!'

என் கன்னத்தைத் தட்டி, 'என்ன செல்வம்! எங்களுக்கு உதவி செய்வியா'ன்னான்.

நான் அவனைப் பார்த்து சிரிச்சேன். ஒரு நாய் வந்து எங்ககிட்ட வாலாட்டிக்கிட்டு உக்காந்தது. லிஸ்ஸின்னு அதைப் பார்த்து சிரிச்சேன்.

கொஞ்சம் சுமாரா இருக்கறப்ப, 'எந்திரின்'ன்னான் பகவான்.

பேச முடிஞ்சதும், 'இன்னும் ஒரு இழுப்பு'ன்னு கேட்டேன்.

பகவான் 'அதெல்லாம் இல்லை'ன்னு சொல்லிட்டு என்னைக் கட்டாயமா அழைச்சுட்டுப் போனான்.

'வீட்டில கொண்டு விட்டுரு பகவான்! என்ன செல்வம், நாளைக்கு வரியா!'

'வராம போயிருவானா.'

ராத்திரி, வீட்டு வாசல் வரைக்கும் கொண்டு விட்டான். நாய் இப்ப என்னைப் பார்த்து வாலை ஆட்டிச்சு. பதுக்கமா என் ரூமை அடைஞ்சு லைட்டைப் போட்டேன். பளிச்சுனு கண்ணைக் குத்திச்சு. உள்ள வந்தேன். பசி இல்லை. எங்கம்மா படத்தை சற்று நேரம் பார்த்துக்கிட்டு இருந்தேன். அம்மா உயிரோடத்தான் இருக்காங்க. 'என்னடா மகனே! இப்படிச் செய்துட்டியே. இப்படி

ஆவேன்னு நான் எதிர்பார்க்கவே இல்லையே'ன்னு சினிமாவில் போட்டோ திடீர்னு பேசுமே, அது மாதிரிப் பேசினாங்க.

'இன்னியோட சரிம்மா. நாளைக்கு அங்க போனேன்னா என்னை செருப்பால அடி'ன்னு சொல்லிட்டு விளைக்கை அணைக்காமக் கூட படுத்துட்டேன். படுக்கை நிமிந்து நின்னுக்கிச்சு!

காலை எழுந்தப்ப உடம்பெல்லாம் வலிச்சுது, டிரைவர்தான் வந்து எழுப்பினாரு, 'என்ன இப்படித் தூங்கற? வேலை போயிரும்'னாரு. பின்பக்கமா வரச்சொன்னாரு. வத்ஸலா காப்பி கொடுத்துது. சட்டுன்னு துணி துவைச்சுக்கிட்டு சுத்தமா குளிச்சிட்டு சட்டை மாத்திக்கிட்டு வாசப்பக்கம் வந்தேன். அம்மா அப்பத்தான் எழுந்திருந்தாங்க. கைல கோப்பை வெச்சுக்கிட்டு பேப்பர் படிச்சுக்கிட்டு இருந்தாங்க.

'வா செல்வம். எங்க சாயங்காலம் ஆளைக் காணம்?'

'அது வந்தும்மா, தெரிஞ்சவங்களைப் பார்க்கப் போயிருந்தேன்.'

'எங்க போனாலும் ஏழு மணிக்குள்ள திரும்பிரணும் தெரியுதா? முதநாள்னு போனாப் போவுதுன்னு கதவைத் திறந்து வெக்கச் சொன்னேன். இனி ராத்திரி யாரும் திறந்து விடமாட்டாங்க. ஞாபகம் வெச்சுக்க, என்ன?'

'சரிம்மா.'

'இந்த கப்பை உள்ள கொண்டு போய்க் கொடு. ஒன்பது வரைக்கும் ஆபீஸ் அறையை கொஞ்சம் துப்புரவா சுத்தம் பண்ணிக்கிட்டிரு. மேசைல காகிதங்களை எல்லாம் ஒழுங்கா எடுத்து வெச்சு, அப்றம் குழந்தை டேபிளையும் சரியா எடுத்து வெச்சிரு. காப்பி குடிச்சியா?'

'ஆச்சும்மா.'

'பாங்க்கில போய் கேஷ் டிரா பண்ணத் தெரியுமில்லை? டிரைவர் காட்டிக் கொடுத்தான் இல்லை?'

'ஆமாம்மா. முடியும்மா.'

'செக் எழுதத் தெரியுமா?'

'சொல்லிக் கொடுத்தா கத்துக்கறேம்மா.'

'பத்து மணிக்கு என்னை வந்து பாரு. மூணு பில்லு இருக்குது. அதுக்கு செக் எழுதி வாங்கிட்டு தபால்ல அனுப்பிச்சுட்டு காஷா ரெண்டாயிரம் டிரா பண்ணிட்டு வரணும். என்ன?

'சரிங்கம்மா.'

நான் ஆபீஸ் அறைக்குள் நுழைந்து காகிதங்களை அடுக்குவதில் ஈடுபட்டேன். நிம்மியின் அறைக்குப் போனப்ப அவள் பென்சிலைக் கடிச்சுக்கிட்டு அவசர அவசரமா ஒரு படம் வரைந்துகொண்டிருந்தாள். 'ஏய்! ஏய்! இங்க வா. நல்ல வேளை ஆப்ட்ட நீ!'

'என்னம்மா.'

'நீ எதுவரைக்கும் படிச்சிருக்கே?'

'ப்ரி யூனிவர்ஸிட்டி.'

'ப்ராக்டிக்கல் எல்லாம் இருந்திருக்கில்ல?'

'இருந்திருக்கு.'

'அப்ப ஒண்ணு செய். எனக்கு அந்த பாலன்ஸைப் படம் போட்டுக் கொடு. இன்னிக்கு ரெக்கார்டு காட்டலைன்னா வீட்டுக்கு அனுப்பிச்சுருவாங்க. இன்னும் நிறைய எழுதவேண்டியிருக்கு. இந்தா பென்சில், ரப்பர் எல்லாம்.'

நான் அந்த வேலையை ஏற்றுக்கொள்ள, அவ ஒரே சமயம் டைம்டேபிள் பார்த்து ரொட்டி கடிச்சுக்கிட்டு பால் சாப்பிட்டுக் கிட்டு முகத்தில் என்னவோ தேச்சுக்கிட்டு மூன்று நான்கு காரியங்கள் செய்துகொண்டிருந்தது, எனக்குச் சிரிப்பா இருந்தது.

'சிரிக்காதே. உதைப்பேன்.'

'கொஞ்சம் சீக்கிரம் எழுந்தா இந்தத் தொந்தரவு இருக்கா தில்லை?'

'யாரும் எழுப்பலை, எழுந்திருக்கலை!'

'அலாரம் வெச்சுக்கறது.'

'அதை மூடிட்டு தூங்குவேன். தூங்கறதில் மட்டும் என்னை யாரும் பீட் பண்ண முடியாது! இதப் பாரு. இந்த மாதிரி எல்லாம் என்

புஸ்தகத்தை ஒழுங்கா அடுக்கி வைச்சா எனக்கு ரொம்ப கன்ஃப்யூஸ் ஆயிரும். இப்படியே இருக்கட்டும்.

‘இந்தக் கணக்கு தப்பா போட்டிருக்கே. வி, மீட்டர்ஸ் பெர் செகண்டில் கொடுத்திருக்கான்!’

‘அட! உனக்கு ஃபிஸிக்ஸ் தெரியுமா?’

‘நல்லாவே தெரியும்.’

‘அப்ப என் ஹோம் ஒர்க் எல்லாத்தையும் உன் தலைல கட்டிரலாம். க்ரேட் பாய்!’

‘செல்வம்’னு மாடில இருந்து அதட்டுக்குரல் கேட்டுது.

‘இதோ வரம்மா’ன்னு ஆபீஸ் அறையில இருந்து செக் புஸ்தகத்தை எடுத்துக்கிட்டுப் போனேன்.

‘என்ன, நான் சொன்னதெல்லாம் ஆச்சா?’

‘ஆச்சும்மா.’

‘மேசையில் சில பில் இருந்ததே. அதை எடுத்துட்டே வரலியா.’

‘மன்னிச்சுக்கங்கம்மா’ என்று மறுபடி கீழே ஓடிப்போய் எடுத்து வந்தேன்.

‘உக்காரு! எழுது பார்க்கலாம். ‘பெய்டு’ன்னு போட்டிருக்கில்ல, இங்க கம்பெனி பேர் எழுது. பில்லில் என்ன கொடுத்திருக்கோ அதைத் தொகையா எழுது.’

நான் குள்ளமா எழுதறதுக்கு வாகா இருந்த மேசை பக்கத்தில உக்காந்துகிட்டு எழுதினேன். ‘உன் எழுத்து அழகாவே இருக்கு’ன்னு அம்மா வந்து பின் பக்கத்தில இருந்து பார்த்தாங்க. ரொம்ப வாசனையா இருந்தது. பக்கத்தில் நாற்காலி போட்டு உக்காந்துக்கிட்டாங்க. ஒவ்வொண்ணா செக் எழுதிக்கிட்டு வந்தேன். எழுதின உடனே கையெழுத்து போட்டாங்க. அப்புறம் செல்ஃப் செக் ஒண்ணு ரெண்டாயிரம் ரூபாய்க்கு எழுதிக் கொடுத்து பின்னாலயும் கையெழுத்து போட்டுக் கொடுத்தாங்க.

‘இதைப்போய் பாங்க்கில கொடுத்துட்டு பணம் வாங்கிட்டு வந்துரு. பாங்க் பத்து மணிக்கு திறந்திரும். செல்வம், முத முத நீ பணம் எடுக்கப்போறே! பத்திரமா இருக்கணும்.’

'கவலைப்படாதீங்கம்மா. ஜாக்கிரதையாவே கொண்டுட்டு வர்றேன்.'

'அதுக்கில்லை. இரண்டாயிரம் ரூபா பணத்தைப் பார்த்ததும் டெம்ப்டேஷன் வரக்கூடாது. இரண்டாயிரம் ரூபாயை எடுத்துட்டு ஓடிப்போயிரலாம்.'

'அப்படி நான் செய்தா எனக்கு ரெண்டாயிரம் ரூபா கிடைக்கலாம். ஆனா, அதனால நான் இழக்கிறது அதுக்கு மேல, ரொம்ப அதிகம்மா.'

அம்மா சிரிச்சாங்க. 'நல்ல பையன் நீ! பொழைச்சுக்குவே. ரெண்டாயிரம் ரூபாய்ங்கறது எனக்கு ரொம்பச் சின்னது. இன்னை தேதிக்கு உன்னை ரெண்டாயிரம் ரூபாவரை நம்பறேன். அவ்வளவ் தான். பாத்துக்க. ரெண்டு நாள்ல செலவழிஞ்சு போயிரும்.

'சரி, வரம்மா' என்று கிளம்பினேன்.

'நிம்மி காலேஜ் போயிருச்சா.'

'கிளம்பிக்கிட்டு இருக்குது.'

'போய்ட்டு வரப்ப இந்த லினிமெண்ட்டை, மருந்துக் கடைல வாங்கிட்டு வா'ன்னாங்க.

'சரி.''

'உனக்கு மஸாஜ் செய்ய வருமா?'

'தெரியாதுங்களே!'

'சரி, போயிட்டு வந்துரு.'

கீழ வந்தப்ப நிம்மி டிரஸ் மாத்திக்கிட்டு ரெட்டைப் பின்னல் போட்டுக்கிட்டு காத்திருந்தா. கார்ல போய் ஏறிக்கிட்டா. நான் டிரைவர் கிட்ட, 'என்னை பாங்க்கில டிராப் பண்ணிட்டுப் போயிருங்களேன்' என்றேன். டிரைவர் அந்தப் பெண்ணை பார்த்தான். 'ம்ஹூம். முடியாது' என்று சொல்லிட்டு காரில் ஏறிக்கிட்டா.

அந்தப் பொண்ணு முடியாதுன்னு மூஞ்சில அடிச்சாப்பல சொல்லிட்டு என்னைப் பார்க்காம அலட்சியமாப் போனபோதுதான் இது வேற ஜாதின்னு எனக்கு உணர முடிஞ்சுது. 'ரொம்பத்தான் ஒட்டிக்காதே. நீ வேற'ன்னு சொல்றாப்பல இருந்திச்சு. எனக்கு ஒரு மாதிரியாத்தான் இருந்தது. ஆனா அத்தனை அழகுக்கும், பணத்துக்கும் அந்த அலட்சியம் இருந்துதானே ஆகணும்னு சமாதானப் படுத்திக்கிட்டேன். நடந்தே பாங்க்குப் போனேன். போனா தயாரா பகவான் நிக்கிறான். 'ஏம்பா, உனக்கு வேற வேலை கிடையாதாப்பா'ன்னு கேட்டேன்.

'இனிமே நம்ம வேலை ஒண்ணே ஒண்ணு தானே'ன்னான்.

கூட ஜேக்கப்பும் வந்திருந்தான். மரத்தடியில் ரெண்டு பேரும் நின்னாங்க.

'அட, எங்க போற' என்று என்னைப் பிடிச்சு வழிமறிச்சு கையை முறுக்கினாங்க. 'எத்தனை பணம் எடுக்கப்போற'ன்னு பையில சுதந்திரமா கைவிட்டு செக்கை கொத்திக்கிட்டான்.

'வேண்டாம் ஜேக்கப்! முதல்லயே வேலை போயிரும். இது அவங்க பணம்.'

‘இர்றா. யார்றா அதை தொடப்போறாங்க, சும்மா பார்க்கக் கூடாதா?’

‘ரெண்டாயிரம் எல்லாம் சின்னக்காசு. நாம லட்சத்திலன்னா பிளான் போட்டுக்கிட்டு இருக்கோம். என்ன ஜேக்கப், இந்த ஃபியட் எப்படி?’

‘அடப்பாவி! காரை வேற திருடப் போறீங்களா?’

‘இல்லை. வாங்கப்போறோம். நீ போ ராஜா, போய் அம்மாகிட்ட கொஞ்ச நாளாவது விசுவாசமா இரு. அவங்க என்னா செய்யச் சொன்னாலும் செய்துரு. தயங்கவே தயங்காத என்ன?’ன்னு ஜேக்கப்பைப் பார்த்துக் கண்ணடிச்சு சிரிச்சான். எனக்கு அவங்க கூட இருக்கவே பிடிக்கலை. ஏண்டா இதை ஒப்புத்துக் கிட்டோம்னு இருந்தது. கிளம்பினவனை சட்டையைப் பிடிச்சு இழுத்து, ‘இதப் பாரு, முதநாளில் இருந்தே கவனமா இருக் கணும். நகையெல்லாம் எந்த அலமாரியில் வெச்சிருக்காங் கங்கற எல்லா விவரமும் கொஞ்சம் கொஞ்சமா சேர்த்துரணும்.’

‘மாட்டேன். நிச்சயம் மாட்டேன்.’

‘தபார்றா, மாப்பிள்ளை மாட்டேங்கிறான்.’

‘முதல்ல அப்படித்தான் சொல்லுவான். விட்டுப்பிடி. செல்வம்... செல்வம்! உனக்கு வேலை வாங்கித் தந்தவங்களுக்கு விசுவாசமா இருக்கவேண்டாமா? மனிதாபிமானம் இல்லாத ஆளா நீ? இன்னொரு ஈசாப் கதை சொல்லவா?’

‘வேண்டாம், என்னை விட்டுருங்க. எனக்கு இந்த வேலையும் வேண்டாம். உங்க சகவாசமும் வேண்டாம்.’

‘அவ்வளவு சுலபமா விட்டுர்ற பந்தமா இது? என்ன ஜேக்கப்? டேய், நாமல்லாம் ஒரே ரத்தம்டா. போ. போய் நல்ல புள்ளையா இரு. நல்லா பார்த்து வெச்சுக்க, என்னென்னிக்கு சினிமா போறாங்க. என்னிக்கு வூட்டில இருக்கமாட்டாங்க. மத்தியானம் செய்தா நல்லதா, சாயங்காலம், இல்லை ராத்திரியா? நாய் என்ன பிஸ்கட் சாப்பிடுது. எல்லா விவரமும் கொண்டுவாடா கண்ணா. கொண்டு வந்தா என்ன பரிசு கிடைக்கும்னு உனக்குச் சொல்ல வேண்டாமே!’

அதக் கேட்டதும் எனக்கு ஒரு மாதிரி கை நடுங்கிச்சு. ‘கொண்டு வந்திருக்கீங்களா?’

'சாயங்காலம்பா, சாயங்காலம்! வாடா போலாம்'னு ரெண்டு பேரும் கிளம்பிப் போயிட்டாங்க.

எனக்கு படபடப்பு அடங்க ரெண்டு நிமிஷம் ஆச்சு. பாங்க்கில் போய் பணம் எடுத்துக்கிட்டு வீட்டுக்குத் திரும்ப நடந்துவந்து பொத்தானை அழுத்தினேன். அம்மாதான் கதவைத் திறந்தாங்க. தூங்கிட்டு இருந்தாப்பல. கொஞ்சம் கலைஞ்சு இருந்தாங்க. 'என்ன செல்வம்! பணம் கொண்டாந்துட்டியா'ன்னாங்க. இதோம்மான்னு பணத்தைக் கைல கொடுத்தேன். சுளை சுளையா நூறு ரூபா நோட்டு. அதை அப்படியே சுருட்டி மார்ல வெச்சுக்கிட்டாங்க. 'போஸ்ட் ஆபீஸ் போயிட்டு வந்துர்றியா? இந்த லெட்டர் எல்லாம் போட்டுட்டு வந்துரு. அப்புறம் கார்ப்பரேஷன் பில்லு கட்டணும். அதையும் பார்த்துக்கிட்டு வந்திரு. ஏன் சாப்பிடாம போயிட்ட? வத்ஸலா! செல்வத்துக்கு சாப்பாடு கொடும்மா. நான் மாடில இருப்பேன். போய் வந்ததும் தகவல் சொல்லு, என்ன!'

'சரிம்மா.'

வத்ஸலா பின்கட்டில இருந்துக்கிட்டு எனக்கும் தட்டில சோறு வெச்சது.

'நீ படிச்ச பையனா?'ன்னுச்சு.

'ஆமா. பாதில விட்டுட்டன்.'

'அம்மாகிட்ட கொஞ்சம் சாக்கிரதையாவே இருந்துக்க. கோவம் வந்துச்சுன்னா குதறிப் போட்டுருவாங்க.' நான் பேசலை.

'பெண்ணு கொஞ்சம் வெகுளி. செலவாளி. வீட்டில என்ன இருக்குது, போக்கு, வரத்துன்னு கூடத் தெரியாது. ரொம்பச் செல்லம். ராத்திரி அவுட்டவுஸிலதான் படுத்துப்பியா?'

'ஆமா.'

'கல்யாணம் ஆயிருச்சா?'

'இல்லை.'

'நீ என்ன சாதி?'

'ஆம்பளை சாதி'ன்னேன். கக்குனு சிரிச்சுச்சு. 'சீ! பேச்சைப் பாரு. என்னா சாதின்னா பிள்ளைமாரா தேவர்மாரா?'

விரும்பமில்லாத் திருப்பங்கள் ❈ 53

'ஏன்? எதுக்குக் கேக்கறே?'

'பேசிக்கிட்டாங்க. அம்மாவூட்டு சாதிதானாமே நீ. அதனாலதான் உன்னை வேலைக்கி வெச்சிருக்காங்களாம். டிரைவர் சொன்னாரு.'

'அதெல்லாம் பத்தி எனக்கு நினைப்பே இல்லை வத்ஸலா.'

'மோர் இன்னும் கொஞ்சம் விட்டுக்க. பசுமாடு ஏகத்துக்குக் கறக்குது. மோரு மிஞ்சிப்போவுது. எண்ணெய் தேச்சுப்பியா? புதன் கிழமை எண்ணெய் கொண்டாந்து தரட்டுமா?'

'வேண்டாம் பழக்கமில்லை.' அந்தப் பொண்ணு ஒரு முறை மார்ல சீலையை விசிறிப் போட்டுக்கிட்டு போச்சு. 'வத்ஸலா இங்க வா'ன்னேன்.

'ஏன்?'

'நீ எத்தனை வருஷமா இங்க இருக்கே?'

'மூணு வருஷமா இருக்கேன். ஏன்?'

'கேட்டேன். காரம் கொஞ்சம் அதிகமாப் போடற, அம்மாவுக்கு இதுதான் பிடிக்குமா?'

'ஆமா, அம்மா, பொண்ணு ரெண்டு பேருமே காரம் சாப்பிடு வாங்க. நீ இறைச்சி சாப்பிடறது உண்டா?'

'இல்லை, சைவம்.'

'பார்த்தாலே தெரியுது. எல்லாத்திலயும் சைவம் போலத்தான் தெரியுது.' என்னை ஒரு மாதிரிப் பார்த்துட்டுப் போனா.

சாப்ட்டப்புறம் தூக்கம் வராப்பல இருந்துச்சு. தபாலாபீஸுக்குப் போறது முக்கியம்னு அதை ஒத்திப்போட்டுட்டுப் போனேன். லெட்டர்களை எல்லாம் போஸ்ட் பண்ணிட்டு கார்ப்பரேஷ னுக்குப் போய் பணம் கட்டிட்டு வந்துட்டன். சாயங்கால வேளையில்கூட கேட்டை உள்பக்கம் பூட்டி வெச்சிருந்தாங்க. வத்ஸலாதான் வந்து திறந்துச்சு. 'நான் என் ரூமுக்குப் போய் படுத்துக்கப் போறேன். அம்மாவுக்கு ஏதாவது வேணுமின்னா என்னை வந்து எழுப்பு'ன்னேன். 'சரி'ன்னு அர்த்தமில்லாம சிரிச்சுக்கிட்டுப் போச்சு.

வந்து படுத்தேன். பத்து நிமிஷம்தான் தூங்கியிருப்பேன். பயமா இருந்துச்சு. எழுந்துட்டேன். இந்தப் பிரச்னைக்கு என்ன முடிவுன்னு மலைப்பா இருந்துச்சு. ரொம்பச் சுலபமான முடிவு அவங்ககூட இனி சேராம இருக்கிறதுதான். ரொம்பத் தொந்தரவு செஞ்சாங்கன்னா அம்மாகிட்டயோ, இல்லை போலீஸ் கிட்டயோ சொல்லிரவேண்டியது. இதப் பாருங்கம்மா, என்னை இங்க கொண்டு வெச்சதே அந்த ஆட்கள்தான். எல்லோரும் சேர்ந்துகிட்டு உங்க வீட்ல திருடணும்னு பிளான் போடறாங்க. அதுக்கு என்னை உடந்தையா இருக்கும்படியா கட்டாயப்படுத்து றாங்க. எனக்கு இதில் இஷ்டமில்லை. அதனால உங்ககிட்ட சொல்லிட்டேன். தவறா நினைச்சுக்காதீங்க. எப்ப சொல்லலாம்? இப்பவே சொல்லிரலாமா? ஆமா! எவ்வளவு சீக்கிரம் சொல்றமோ அவ்வளவு நல்லதுதான். எழுந்தேன். முகங்கழுவிக் கிட்டேன். பெரிய வீட்டை நோக்கி நடந்தேன். அமைதியாத் தான் இருந்தது. கார் போர்டிகோவில் நின்னுக்கிட்டு இருந்தது. நான் போனப்ப அம்மா வாசனையா மாடிப்படியில இருந்து இறங்கிக்கிட்டு இருந்தாங்க. நான் வந்ததை கவனிக்கலை. போன் அடிச்சிக்கிட்டு இருந்தது. அதை எடுத்து ஹலோ சொல்லி ஒரு அஞ்சு நிமிஷத்துக்கு மேல பேசினாங்க. நான் நின்னுக்கிட்டு இருந்ததை அப்புறம்தான் பார்த்தாங்க. ‘என்ன செல்வம்! தபாலாபீஸ் போய் வந்துட்டியா?’

‘ஆச்சும்மா. அம்மா கொஞ்சம் உங்ககிட்டப் பேசணும்.’

‘எதைப் பத்தி! சம்பளத்தைப் பத்தியா?’

‘இல்லைம்மா, வேற விஷயம்.’

‘நான் இப்ப வெளியில கிளம்பிக்கிட்டு இருக்கேன். போய் எட்டு எட்டரைக்கு வந்துருவேன். அப்புறம் வந்து என்னைப் பாரு. இல்லை, காலைல பாரு. என்ன?’

‘சரிம்மா’ன்னேன். எனக்கு ஏனோ சந்தோஷமா இருந்தது.

நாய் முன்னால போய் சீட்டில ஜம்முனு ஏறிக்கிச்சு. டிரைவர் அம்மாவை உள்ள விட்டு மரியாதையாக் கதவை சாத்திட்டு நேராப் பார்த்துக்கிட்டு ஓட்டினாரு. நான் கடியாரத்தில் மணியைப் பார்த்தேன். நாலரை. வீடு எல்லாம் திறந்தது திறந்த படி இருந்தது. சமையலறையில் வத்ஸலா சப்தம் கேட்டது. நான் வீட்டைக் கொஞ்சம் பார்த்தேன். ஹாலுக்கு மேல் பக்கத்தில சாமி

படமெல்லாம் வெச்சு ஒரு அறை தெரிஞ்சது. என் ரூமைப் பார்க்கப் போயிரலாம்னு தோணிச்சு. வீடு திறந்திருக்க, வாசப்பக்கம் கொஞ்சம் காத்திருக்கலாம்னு வராந்தாவில் உக்காந்துகிட்டேன். கொஞ்ச நேரத்தில வாசல்ல கார் கதவு சாத்தற சப்தம் கேட்டுது. நிம்மி காலேஜ்ல இருந்து திரும்பி வந்தாச்சு. என்னைப் பார்த்து நடந்துகிட்டே 'ஹாய்'னுச்சு. நான் சிரிச்சேன்.

'அம்மா வெளிய போயிருக்காங்க.'

'தெரியும். காலேஜ்ல இருந்து டிராப் பண்ணிட்டுத்தான் வரேன். என்ன டிபன் வெச்சிருக்கே? ஏன் வாசல்லயே உட்காந்து கிட்டிருக்கே.'

'பரவால்லைம்மா. கதவெல்லாம் திறந்து போட்டிருந்தது. அதான் இங்கயே நின்னுக்கிட்டு இருக்கேன்.

'வத்ஸ்! சீக்கிரம் காப்பி கொடு. நான் ரிசப்ஷனுக்கு டிரஸ் பண்ணிக்கிட்டுப் போகணும்.'

நிம்மி உள்ள போக, நான் வாசல்லயே நின்னுக்கிட்டு இருந்தேன். கொஞ்ச நேரத்தில 'செல்வம்! கொஞ்சம் உள்ள வா'ன்னு அந்தப் பொண்ணு கூப்பிட்டுச்சு. நான் உள்ள போக, கை இல்லாத ரவிக்கையில நின்னுக்கிட்டு இருந்தது. கரும்பச்சையில ஒரு சாரியை இடுப்பில் சுத்தத் தெரியாம சுத்திக்கிட்டு இருந்தது. சாரி பாட்டுக்கு நழுவிக்கிட்டே இருக்கு. தாவாக்கட்டையால அதைப் பிடிச்சுக்கிட்டு, 'அதோ பாரு செல்வம்! அலமாரி இருக்குதில்லை. அது மேல் தட்டில ஒரு யானை பொம்மை இருக்குதில்லை?'

'ஆமாம்.'

'அதன் தலையைத் திருகு. திறந்துக்கும். அதுக்குள்ள ஒரு சாவிக் கொத்து இருக்கு. அதை எடு.'

எடுத்துக் கொடுத்தேன்.

'எங்கிட்ட கொடுக்காதே. அதில ஒண்ணு ரெண்டுன்னு சாவி நம்பர் போட்டிருக்கும். எனக்குச் சரியா இந்த இரும்புப் பெட்டியைத் திறக்க வராது. ரெண்டு சாவியும் போட்டுத் திறக்கணும். திறந்து தரியா?'

'சரியம்மா.'

அது பழங்காலத்து இரும்புப்பெட்டி. கைப்பிடிக்கு பதில் வெங்கல விரல் வெச்சு கம்பெனி பேர் கிட்ட மகாலச்சுமி பொம்மை வெச்சிருந்தது. அதில ரெண்டு துவாரத்திலயும் சாவி போட்டுத் திருகி கைப்பிடியைத் திருகித் திறந்து கொடுத்தேன். கொஞ்சம் ஒதுங்கிப்போய் நின்னுக்கிட்டேன். திறந்த உடனே உள்ளுக்குள்ள ஒரு வாசனை அடிச்சுது. கொஞ்சம் செண்டு, கொஞ்சம் பட்டு, கொஞ்சம் பழசு, பாச்சா உருண்டைன்னு கலந்து கட்டி வாசனை. அட்டைப்பொட்டி அட்டைப்பொட்டியா இருந்தது. என்ன என்னவோ சைஸில சின்னப் பொட்டியா இருந்தது. அதில ஒரு பெட்டியைத் திறந்து, அதில இருந்த ஒரு வைரச்சரட்டை எடுத்து கழுத்தைச் சுத்திப் போட்டுக்கிட்டு என்னைப் பார்த்துத் திரும்பிச் சிரிச்சு,

'எப்படி இருக்கு'ன்னா.

'ப்யூட்டிஃபுல்'னேன்.

'மூடிரு! பூட்டிட்டு சாவியைப் பத்திரமா எடுத்த இடத்திலேயே திருப்பி வெச்சுரு, என்ன?'

'எப்ப திரும்பி வருவீங்க?'

'எட்டு எட்டரைக்குள்ள வந்துருவோம். போர்! எனக்கு டிவி பார்க்கணும். இங்கேயே இரு. நாங்க வரவரைக்கும் அம்மா உன்னை வீட்டைப் பார்த்துக்கிட்டு இருக்கச் சொன்னாங்க. வரட்டுமா? பை!'

'சரிம்மா.'

விரும்பமில்லாத் திருப்பங்கள் ❈ 57

என்னை வீட்டில் விட்டுட்டு அம்மாவும் பொண்ணும் பார்ட்டிக்கோ ரிசப்ஷனுக்கோ போயிட்டாங்க. தனியா விட்டுட்டுப் போகலை. ஒருவிதமான எண்ணத்தோட விட்டுட்டுப் போயிட்டாங்க. தற்செயலா எனக்கு ஒரு விவரம் தெரிஞ்சு போச்சு. அவங்க நகைகள் எல்லாம் எங்க வெச்சிருக்காங்க, இரும்பு பெட்டிச் சாவி எங்க வெச்சிருக்காங்க; பகவான் கோஷ்டிக்குத் தேவையான அத்தனை தகவலும் ஒரே சாயங்காலத்தில் என்னைத் தேடிப் புடிச்சு தானே வந்து ஒட்டிக்கிச்சு. இதை வெச்சுகிட்டு நான் என்ன செய்வேன்? நிச்சயம் அவங்ககிட்ட இதைத் தெரிஞ்சதாவே காட்டிக்கமாட்டேன். அம்மா ராத்திரி வந்ததும் விஷயத்தை சொல்லிடப் போறேன். சாயங்காலமே, சொல்ல ஆரம்பிச்சேன். அம்மாதான் அவசரமாக் கிளம்பிட்டாங்க. நான் யோசிச்சுக் கிட்டே வீட்டு வாசல்ல வளைய வரேன். அப்ப போன் அடிச்சது. அவங்க ரெண்டு பேர்க்குள்ள ஒருத்தருக்குத்தான் இருக்கும்னு எடுத்தேன்.

'யாரு செல்வமா?'

'ஆமாம்.'

'நான்தான் பகவான்டா! என்ன வரலை? உன்னை எதிர்பார்த்துக்கிட்டு இருக்கோம்.'

'எதுக்கு?'

'எதுக்கா? கேக்கறதைப் பாரு! உனக்காக புதுசா மக்மல் மால், லக்னோ மக்மல்னு பேரு. இழுத்தா உள்ளுக்குள் மத்தாப்பு கொளுத்தினாப்பல இருக்கு. வரியா?'

'இல்லை, பகவான்! அவங்கள்லாம் என்னை விட்டுட்டு வெளியே போயிருக்காங்க. திரும்பி வர எட்டரை ஆயிரும். அது வரையிலும் வீட்டில இருந்தாகணும்!'

'எட்டரைக்கு அப்புறம் வா. நாங்க உனக்காக ஒம்பது மணி வரைக்கும் காத்திருக்கோம். என்ன.'

'வேண்டாம். நான் வரதில்லை.'

'சரி'ன்னு சிரிச்சுக்கிட்டே வெச்சான். எனக்கு எரிச்சலா இருந்தது. அவன் சிரிப்பில சந்தோஷமில்லை. கேலிதான்! பார்த்துரலாம். இன்னைக்கு அங்கே போகமாட்டேன். ராத்திரி ரெண்டு பேரும் திரும்பி வந்துட்டாங்க. 'செல்வம்! வாசல்லயே விசுவாசமா உக்காந்துக்கிட்டு இருக்கே! சாப்ட்டியா?'

'இல்லைம்மா. நீங்க வரட்டும்னு காத்திருந்தேன்.'

'இந்தா ஆரஞ்சுப்பழம். உரிச்சுச் சாப்பிடு'ன்னு நிம்மி எங்கிட்ட கொடுத்தது. சாரில நல்லாவே இருந்துச்சு.

'நிம்மி முதல்ல நகையைக் கழற்றி வெச்சுரு. நாளைக்கு எல்லாத்தையும் லாக்கர்ல போட்டுரணும்!'

'இல்லைம்மா. அடுத்த வாரம் இன்னொரு கல்யாணம் இருக்கில்லை? அது ஆனப்புறம் கொண்டு வெச்சுரலாமே!'

'அதுகூடச் சரிதான், செல்வம்! உனக்கு வத்ஸலா ஏதாவது செய்து வெச்சிருக்கும். போய்ச் சாப்பிடு.'

வத்ஸலா பாத்திரத்தில் உப்புமாவும் மோரும் வெச்சிருக்குது. அதை எடுத்துச் சாப்பிட்டுட்டு எட்டரைக்கு ரூமுக்கு வந்து படுத்துட்டேன். வாரப் பத்திரிகைல பழசா ஒண்ணு எடுத்து வெச்சுக்கிட்டு படிச்சா அச்சடிச்ச வரிமேல மனசு ஓடலை. 'போய்ட்டு வந்துரு. போய்ட்டு வந்துரு'ன்னு மனசு கிடந்து அல்லாடுது. இன்னியோட சரி, இன்னிக்கித்தான் கடைசி!

விரும்பமில்லாத் திருப்பங்கள் ✱ 59

'செல்வம்'னு இரைஞ்சு கூப்பிட்டாங்க அம்மா. 'கேட்டுக் கதவைச் சாத்திரு. உள்பக்கம் பூட்டி சாவியை நீயே வெச்சுக்க. காலைல பால்காரன் வர்றப்ப எழுந்துரு'ன்னுது. பங்களா சாவியைக் கொண்டுவந்து அதை ஆணில மாட்டிட்டு உத்தரத்தைப் பார்த்துக்கிட்டு யோசிக்கிறேன். எவ்வளவு சுலபம் வெளிய போறது. மெயின் வீட்டில இதோ தூங்கிப் போயிரு வாங்க. கேட்டைத் திறந்துக்கிட்டு புறப்பட வேண்டியதுதான். பஸ்ல போய் பஸ்ல வந்தா ஒரு மணி நேரத்துக்குள்ள காரியம் முடிஞ்சுரும்.

சே! என்ன மனுசன் நான்! மனசுல ஒரு மூலை, வேண்டாம் வேண்டாம்ங்குது. மற்றொரு மூலை, போ போன்னு அவசரப் படுத்துது. கம்பிக் கேட்டுதான். வெளியே வந்து, கையை உள்ளே விட்டு உள்பக்கம் பூட்டமுடியும். சாவியை பத்திரமாப் பைக்குள்ள போட்டுக்கிட்டேன். நடந்தேன். கொஞ்ச நேரத்தில் ஓட ஆரம்பிச்சேன். லக்னோ மக்மல்! 'வா வா சீக்கிரம் வா'ன்னு கூப்பிடுது. 'உனக்குள்ள நான் நுழைஞ்சுக்க வேண்டாமா? நுழைஞ்சுக்கிட்டு பஞ்சு பஞ்சா உன்னைப் பறக்க வைக்க வேண்டாமா?'ன்னு கேக்குது.

என்னுடைய நரம்புகள் அத்தனையும் 'ஓடுரா ஓடு'ன்னு சொல்ல. போகாதேன்னு சொல்ற குரல் அட்ரஸ் இல்லாம அழுந்திப் போச்சு.

'வா கண்ணு! என்ன லேட்டு?'

'பகவான்! நான் நாளைல இருந்து வர்றதில்லை. இன்னிக்குத்தான் கடைசி.'

'நாளையப்பத்திக் கவலைப்படாத தங்கம். இன்னைக்கு வந்தாச்சில்லை? வரமாட்டன்னயே?'

'இன்னிக்கு மட்டும் வேணும்போல இருந்திச்சு.'

'என்னைக்கும் வேணும். என்னைக்கும் கிடைக்கும். எனக்குத் தகவல் வேணும். உனக்குப் பொருள் வேணும்! தகவல் கொடு. பொருள் தர்றேன்!'

'தகவல் அதுக்குள்ள எப்படிக் கிடைக்கும் பகவான்? நீ யோசிச்சுப் பாரு. இப்பத்தான் சேர்ந்து ஒரு வாரம்கூட ஆகலைல்ல?'

‘சரி, ஒப்புக்கறேன். ஆனா, எங்களால ரொம்ப நாள் காத்துக்கிட்டு இருக்க முடியாது. அதனால நமக்குள்ள ஒரு ஒப்பந்தம் வெச்சுக்கலாம். இன்னிக்கு என்ன தேதி? பதினஞ்சு? அடுத்த மாதம் பதினஞ்சு தேதிக்குள்ள எங்களுக்கு தகவல் கிடைக்கும் படியா வெச்சுக்கலாமா? உனக்கு நிறைய டயம் இருக்கு! எங்களுக்கு ஏற்பாடுகள் செய்ய டயம் இருக்கு! அதுவரைக்கும் நாங்க உன்னை மறுபடி மறுபடி விசாரிச்சுத் தொந்தரவு பண்ண வேண்டாம்னு தோணுது. நீயும் நல்ல குடும்பத்துப் பிள்ளை, இல்லையா?’

‘தர்றீங்களா? தர்றீங்களா?’

‘தரோம். ஆனா ஞாபகம் வெச்சுக்க. ஒரு மாதம். அதுக்குள்ள தகவல் வந்தாகணும்!’

ஜேக்கப் சொன்னான்: ‘அதனால எங்ககிட்ட சினேகிதம் விலகிப் போச்சுன்னு இல்லை செல்வம். தினம் ராத்திரி தவறாம வந்துரு! இன்னிக்கு பொருள் என்ன சுத்தம் பாரு!’ பத்தவைச்சுக் கொடுத்தான்.

அதை உறிஞ்சறதுக்கு முன்னாடி எனக்கு ஒரு தயக்கம் வந்தது. சீ! இப்பவே தூரப் போட்டுரு! இவ்வளவுக்குகூட உனக்கு மனசில திடம் இல்லையான்னு யோசிச்சுத் தயங்கினேன். பகவான் சொன்னான்: ‘இதப் பாரு! மேலோகத்தில நம்ம மொத்த மூச்சு இவ்வளவுதான்னு கணக்கு எழுதி வெச்சிருக்காங்க. அதுக்குள்ற எல்லாத்தையும் பார்த்துற வேண்டாம்? என்ன யோசிக்கிற? இதனால யாரும் செத்துப்போகப் போறதில்லை. அதுக்கு முன்னாடியே அரசாங்கம் நம்மைக் கொல்லப் போவுது. இன்னும் பத்து வருஷத்தில் நம்ம ஜனத்தொகை நூறு கோடியைத் தாண்டப் போவுது. அப்புறம் நூத்தம்பது கோடி, இருநூறு கோடி. பொண்டாட்டிகிட்ட படுத்துக்கக்கூட இடம் இல்லாம திண்டாடப் போறம். சீக்கிரம் எல்லாத்தையும் பாத்துரணும்! சனம் சாஸ்தி ஆயிரும். மூச்சு விடக் காத்துக்குகூட ரேசன் போட்டுருவாங்க. எல்லாரும் முகமூடி கட்டிக்கிட்டு அலையப் போறோம். கொஞ்ச நேரம் அசங்காம உக்காந்திருந்தம்னா செத்துப் போய்ட்டான்னு உடனே எடுத்துட்டுப் போயிருவாங்க. இடம் வேணுமில்லை. உனக்குச் சமயமில்லை, நேரம் பத்தாது! நான் ஒரு கவிதை சொல்றேன், கேட்டுக்க. டேய், எல்லாரும் கேளுங்கடா... அப்துல் ரகுமான் சொல்றாரு.

முதுமை
நிமிஷக் கறையான் அரித்த ஏடு
ஞாபகங்களின் குப்பைக்கூடை
வியாதிகளின் மேய்ச்சல் நிலம்
மூச்சுக்குதிரை ஓடிக்களைத்துத்
தள்ளும் நுரை!'

'சபாஷ்ரா! நம்ம பகவான் எத்தினி பட்ச்சவன் பாத்தியா வாத்தியாரே!'

'உன்னோட தோல்ல சுருக்கங்கள் விழுதில்லை! அது என்ன? உயிர் எழுதிக் கொண்டிருக்கும் ராஜினாமாக் கடிதங்கள்! மரணம்! உயிர் வீட்டுக் கதவை இடிக்கும் ஓசை! அது கேக்கறதுக்குள்ள எல்லாத்தையும் பார்க்கவேண்டாமா? மாசம் அம்பது ரூபா சேத்து வெச்சு, இருபத்தஞ்சு வருஷம் தபாலாபீஸ்ல போட்டு வட்டி சேர்த்து செத்துச் சுண்ணாம்பாப் போறான் ஒருத்தன்! அவன் இருபத்தஞ்சு வருஷத்தில் சம்பாதிக்கிறதை, இருபத்தைந்து நிமிஷத்தில சம்பாதிக்கிறான் சினிமாக்காரன். அல்லது வக்கீலு! இதப் பாரு செல்வம்! மனச்சாட்சின்னு ஒண்ணு ரொம்பப் பாழாப் போனது. அதுதான் சிலசமயம் உறுத்திக்கிட்டு இருக்கும். அந்த உறுத்தலை இது போக்கிரும். எல்லாம் தெளிவாயிரும். எதுக்கும் அர்த்தம் விளங்கிரும்!'

இன்னிக்குத்தான் கடைசின்னு மனசில நினைச்சுக்கிட்டுத்தான் உக்காந்தேன்.

வீட்டுக்கு வந்து சேர்ந்தப்ப மணி பத்தாயிருச்சு. கேட்டில விரல்கூட படாம பூட்டைத் திறந்து அது கீச்சின்னு சத்தம்போட விடாம, கவனமாச் சாத்திட்டு என் ரூமுக்கு வந்து விளக்குப் போட்டுக்கிட்டு படுத்துட்டேன். தூக்கமில்லை. நான் கொஞ்சம் கொஞ்சமா அந்தப் பழக்கத்துக்கு அடிமை ஆயிருவனோன்னு பயம். ஆனா, அந்தப் பயம் ஒரு பொருட்டா அப்பத் தோணலை. அப்ப எல்லாமே சந்தோஷமாகத்தான் இருந்தது. யார் திருடினா என்ன, யார் திருடு கொடுத்தா என்ன, எனக்கு என்ன போச்சுன்னு பகவான் சொன்னாப்பல எதுக்காக இந்தப் பழக்கத்தை விடணும்? இவ்வளவு சந்தோஷமா இருக்குது! நரம்புகள் எல்லாத்தையும் தேவலோகத்துப் பொம்பளைங்க வில்லாட்டம் பாடி வைச்சுக்கிட்டு உருவி விடறாப்பல இருந்திச்சு. இதுக்காக ரிசர்வ் பாங்க்கைக்கூடக் கொள்ளை அடிக்கலாமேன்னு

தோணிச்சு. அம்மாகிட்ட திருட்டைப் பத்திச் சொல்ல வேண்டாம்னு தோணிப்போயிருச்சு. எவ்வளவு நகை? வருஷத்துக்கு ஒரு நாள் ரெண்டு நாள் போட்டுக்கறாங்க. பாக்கி தினங்களில் லாக்கர்ல தூங்குது! இந்தியா மாதிரி ஏழை நாட்டில வாழ்ந்துக்கிட்டு இந்த மாதிரி நகை போட்டுக்கறதே குற்றம்! எவ்வளவு பேர் சோத்துக்கில்லாம கஷ்டப்படறாங்க. அதனால இந்த வீட்டில இருக்கிற நகைகளை எடுத்துக்கிட்டா அதில ஏதும் பாவம் இல்லைன்னுகூடத் தோணிச்சு. ரொம்ப நேரம் என் மூச்சை எண்ணிக்கிட்டே இருந்தேன். காலைல எழுந்ததில அந்த தைரியம் எங்க போயிருச்சுன்னு தெரியலை. பழையபடி பயம், தயக்க சுபாவம் எல்லாம் வந்திருச்சு. நிம்மி என்னைக் கூப்பிட்டு தன் சட்டை ஒண்ணை எடுத்து, 'செல்வம்! இதை நீ போட்டுப் பாரு! உனக்குச் சரியா இருக்கும்னு தோணுது.'

'பொம்பளை சட்டைம்மா இது.'

'இப்ப பொம்பளை சட்டை, ஆம்பளை சட்டை எல்லாம் ஒண்ணுதான்.' நான் சட்டை போட்டுக்கறதை கிணற்றடியில் இருந்து பார்த்துக்கிட்டே இருந்துட்டு, 'கரெக்டா இருக்கு! நீயே வெச்சுக்க.'

'இது ரொம்ப வெலை ஒசந்த சர்ட்டம்மா!'

'வெச்சுக்க.'

'எதுக்கும்மா!'

'உன்னை எனக்கு பிடிச்சிருக்கு! நீ போட்டுத் தந்த கணக்கெல்லாம் ரைட்டு! செல்வம்! எனக்கு பிசிக்ஸ் சொல்லித் தரியா'ன்னு கேட்டப்பதான் எனக்கு அந்த எண்ணம் புதுசாத் தோணிச்சு.

அந்த எண்ணம் என்னை மின்னல் மாதிரித்தான் தாக்கிச்சு. இந்தப் பொண்ணு என்னைப் பார்க்கிற தில வெறும் பார்வை மட்டும் இல்லை. கொஞ்சம் ஆசைகூட இருக்கு. ஆசை மட்டும் இல்லை. கொஞ்சம் காதல்கூடக் கலந்திருக்குன்னு எனக்கு தோணிப் போச்சு. இப்பவும் அவ என்னைக் கண் கொட்டாம நான் போட்ட சட்டையை எனக்கு சைஸ் சரியா இருக்கான்னு அழகு பார்த்துக்கிட்டுத்தான் இருக்கா. உனக்கும் எனக்கும் ஒரே சைஸ்னு சொல்லிட்டு கலகலன்னு சிரிக்கிறா. நான் இந்தப் பொண்ணுக்கு மனசுக்குள்ள பிரியமுள்ள நிம்மின்னு ஆரம்பிச்சு கடிதம் எழுதிக்கிட்டிருக் கேன். அந்தக் காதல் கடிதத்தை நாள் பூரா எழுதினேன். குளிக்கறப்போ ரெண்டு வரி, நாஷ்தா பண்றப்ப ரெண்டு வரி, அப்புறம் கறிகா வாங்க மார்க்கெட்டுக்குப் போனப்ப, போஸ்ட் ஆபீஸ் போய் தபால் இருக்குதான்னு பார்த்தப்ப பாதி கடிதத்தை எழுதிட்டேன். மனப்பாடமாத்தான். சாயங்காலத்துக்குள்ள இதைக் கடிதமாவே எழுதி நிம்மி கிட்ட கொடுத்துட்டு ஓடி வந்துரப்போறேன். அவ என்ன செய்வா? படிப்பா. படிச்சு அவளுக்கும் எங்கிட்ட இஷ்டம்னா பதில் எழுதுவா. இல்லை, அம்மாகிட்ட சொல்லிட்டு என்னை வேலையை விட்டுத் துரத்திருவாங்க. ரெண்டு விதத்திலும் சௌகரியம்தான். நிம்மிக்கு எம்பேர்ல இஷ்டம்னா

அந்தப் பழக்கத்தை சுலபமா விட்டுருவேன். அவங்க கோவிச்சுக் கிட்டாங்கன்னா வேலையை விட்டுருவேன். எப்படி?

அவங்களுக்கு வெளிநாட்டில இருந்து காயிதம் வந்திருந்தது. அதைக் கொண்டு போய்க் கொடுக்க மாடிக்குப் போனேன். நிம்மி காலேஜ் போயிருந்தது. அம்மா உக்காந்துகிட்டு இருக்க வத்ஸலா முதுகில லோஷன் தேய்ச்சுக்கிட்டிருக்க, 'மன்னிச்சுக்கங் கம்மா'ன்னு வெளிய வந்துட்டேன். 'பரவாயில்லை'ன்னாங்க. அம்மா இந்த மாதிரி தபால் வந்திருக்குன்னேன். 'அப்படியா?'ன்னு அப்படியே எழுந்து நடந்துவந்து எங்கிட்ட இருந்து தபாலைப் புடுங்கிக்கிட்டாங்க. அவங்க மாரெல்லாம் தெரிஞ்சுது. அம்மா நல்ல வளத்தின்னு முன்னமேயே சொல்லியிருக்கனே. உடுப்பு இடுப்பு வரைதான் கட்டியிருக்காங்க. ஏதோ வயசான ஜல கன்னிகை மாதிரி இருந்தாங்க. சரக்குனு கிழிச்சு அதைப் படிச்சிட்டு 'வத்ஸலா! கீழ போய் வெந்நீர் தயாரா இருக்கா பாரு'ன்னாங்க. வத்ஸலா பின்மாடியா இறங்கிப்போக, நான் மாடி வராந்தாவில வந்து உத்தரவுக்காக நிக்கறேன். அம்மா, 'செல்வம்! இங்க வா'ன்னாங்க. வாசல்ல நிக்கறேன். ஒரு ஏர் லெட்டர் வாங்கி வந்துருன்னாங்க. சரின்னேன். கண்ணாடி முன்னாடி உக்காந்துக்கிட்டு ஒரே ஒரு நரைமயிரை சாக்கிரதையாப் பிடுங்கிக்கிட்டே 'அந்த அலமாரியில பேனா இருக்குது. அதை எடு. நான் குளிக்கப்போறேன்'ன்னாங்க. ஒருமுறை மார்பு முடிச்சை நீக்கிட்டு திருப்பிக் கட்டிக்கிறாங்க. எனக்கு ஒரு கணம் அவங்க கண்ணாடி வழியா மடிப்பா தெரியறாங்க. பளிச்சுனு விலகி வந்துர்றன். கீழ இறங்கி வரப்பதான் எனக்கு இன்னொரு அர்த்தமும் தோணிருச்சு, அம்மா இதையெல்லாம் வேணு மின்னே செய்யறாங்கன்னு. எனக்கு ஒரு மாதிரி ஆயிருச்சு. பளிச்சுனு என் ரூமுக்குப் போய் புஸ்தகம் படிக்கிறேன். பெண்ணோட சிரிச்ச முகமும் அம்மாவோட அகலமான, ஏறக்குறைய ஒரு அம்மன் மாதிரி முகமும் மாறி மாறிக் குழப்புது. ஒண்ணும் சரியில்லைன்னு டைரி எழுத உக்காந்தேன். மனசு ஓடலை. நிம்மிக்கு அந்த மனக் கடிதத்தை எழுத ஆரம்பிச்சேன். நல்லாவே வந்தது.

'உன்னை தூரத்தில் இருந்து பார்க்கிறப்ப அழகான ஒரு பூவைப் போல இருக்க.' இப்படியெல்லாம் கவிதை வெச்சு சரசரன்னு முடிச்சுட்டு சாயங்காலத்துக்குள்ள நிம்மிகிட்ட கொடுத்துர ணும்னு தீர்மானிச்சுட்டேன். சாயங்காலம்னாலே வயிற்றில்

குப்புன்னு ஒரு பீதி பரவுது. என் நரம்புகள் மால் கேக்க ஆரம்பிச்சுரும். சாயங்காலம் நிம்மி வர்றவரைக்கும் வெய்ட் பண்ணிட்டு பச்சைத் தண்ணியைக் குடிச்சுட்டு சினிமா போய் சமாளிச்சுரலாம். தீர்மானிச்சுட்டேன், இன்னிக்குக் கட்டாயம் அங்க நான் போகப்போறதில்லைன்னு. மனதில வைராக்கியம் கொஞ்சம் அதிகமாவே இருந்தது. நிம்மி வரலை. வரட்டும். லேட்டாகட்டும். அவ வரவேண்டிய எதிர்பார்ப்பு இருக்கிற வரைக்கும் எனக்கு அந்த தேவை தெரியலை. காத்திருந்தேன். கடிதத்தை உறையில் போட்டு அவகிட்ட எப்படியாவது கொடுத்துறனும்னு. நிம்மி கொடுத்த சட்டையை வாசனை பார்த்துக்கிட்டு இருந்ததில போது போயிருச்சு. கோவிச்சுப் பாளோ. கோவிச்சுக்கிட்டா என்ன போச்சு? அம்மாகிட்ட சொன்னாலும் எனக்குக் கவலை இல்லைதான். அம்மா டிரஸ் பண்ணிக்கிட்டு வெளில கிளம்பினாங்க. 'நிம்மி வந்தா, ராத்திரி ஒம்பது மணிக்கு வந்துருவேன்னு சொல்லு. கிளப்புக்குப் போயிருக்காங்கன்னு சொல்லு, என்ன?'

'சரிம்மா.'

நிம்மி சாயங்காலம் அஞ்சரைக்குத்தான் வந்தா. வந்த உடனே வத்ஸலா கொடுத்த முறுக்கோ ஏதோ அதை எடுத்து மென்னுக் கிட்டு லான்ல நாற்காலி போட்டுக்கிட்டு ஒரு சினிமாப் பத்திரிக்கையை எடுத்து வெச்சுக்கிட்டு அதைப் புரட்டிக்கிட்டே இருந்தா. வத்ஸலா பின்பக்கம் வேலையா இருக்க, எனக்கு இதுதான் சந்தர்ப்பம்னு தோணிச்சு.

'அம்மா! உங்ககிட்ட ஒண்ணு சொல்லணும்.'

'என்ன'ன்னா தலையைத் திருப்பிப் பார்க்காமயே.

'ஒரு லெட்டர் கொடுக்கணும்.'

'லெட்டர் வந்திருக்கா'ன்னு திரும்பிப் பார்க்கறா. என் கண்ணை நிறுத்தி வெச்சுப் பார்க்கறா.

'இல்லை. நான் உங்களுக்கு எழுதின லெட்டர்'னேன்.

'அட, நீ எனக்கா? என்ன விஷயம்? எதுக்கு லெட்டர்? நேர்லயே பேசிடலாமே.'

'நேர்ல சொல்ல முடியாத உணர்ச்சிகள் இதும்மா.'

'காதலா.'

'படிச்சுப் பாருங்க.'

அதை எடுத்து, 'எனக்கு வேகமா தமிழ் படிக்க வராது. நீயே படிச்சுச் சொல்லிரேன். இல்லை, சுருக்கமா என்ன விஷயம்னு சொல்லிரு. ஏயப்பா! எட்டு பேஜ் இருக்கும்போல இருக்கே.'

'இப்பவே படிக்க வேண்டாம். உங்களுக்கு அவகாசம் இருக்கறப்பப் படிச்சா போதும்.'

'சரி'ன்னு அதைத் தன் பைக்குள்ள போட்டுக்கிட்டா. என்னைப் பார்த்து சிரிச்சா. கோவிச்சுக்கலை. 'என்னடா ராஸ்கல்! லவ் லெட்டர் எழுதறியா. அம்மாகிட்ட சொல்லிடட்டுமா'ன்னு அதட்டலை.

'நிம்மி! நிம்மி! வந்து இதை அம்மா கிட்ட சொல்லவேண்டாம்.'

'சேச்சே! நான் லவ் லெட்டர் எல்லாம் அம்மாகிட்ட காட்ட மாட்டேன். சுரேஷ் வாலியா எழுதின பத்து லெட்டர் இருக்கு. அது என் அலமாரில இருக்கு. எல்லாம் இங்கிலீஷ்! ஷெல்லி எல்லாம் கோட் பண்ணி. நீ என்ன பாரதிதாசனா?'

எனக்கு அதைக் கேட்டதும் ஒரு மாதிரி ஆயிருச்சு.

'இதப் பார், நீ எத்தனாவது தெரியுமா.'

'எதில'ன்னேன்.

'எனக்கு லவ் லெட்டர் எழுதற நாலாவது ஆசாமி நீ. அலமாரி பூரா சேர்த்து வெச்சிருக்கேன். ஆல்ரைட்! உனக்கும் எனக்கும் லவ் ஏற்படறதுன்னு வெச்சுக்குவமே. நீ யாரு, நான் யாரு. யோசிச்சுப் பாரு. எங்கம்மா சம்மதிப்பாங்களா? யோசிச்சுப் பாரு. எங்களுக்கு எத்தனை சொத்து இருக்கு தெரியுமா உனக்கு? நாங்க எத்தனை பணக்காரங்க தெரியுமா உனக்கு? உனக்கு கொடுக்க எங்கயாவது சம்மதிப்பாங்களா எங்கம்மா? நான் ஒரு சட்டை கொடுத்தா உடனே லவ்வுன்னு அர்த்தமா? ஏன் இப்படி பாய்ஸ் எல்லாருமே தப்பா எடுத்துக்கறாங்க? உன்னை எனக்குப் பிடிச்சிருந்தது. உனக்கு சந்தோஷமா இருக்குமேன்னு ஒரு சட்டை கொடுத்தா உடனே பேப்பர்னு அலறிக்கிட்டு உள்ள போய் லெட்டர் எழுதிட்டியே! இதப் பாரு, நான் இன்னும் யாரையும் காதலிக்க

ஆரம்பிக்கலை. ஆனா, யோசிச்சிக்கிட்டு இருக்கேன். இன்றைய தேதிக்கு எட்டு படத்தில ஆக்ட் பண்ணிக்கிட்டு இருக்கிற ஒரு கதாநாயகன், அவன் பேர் சொல்ல மாட்டேன். எனக்கு தினம் போன் பண்றான். எம் பின்னாடி சுத்திக்கிட்டு இருக்கான். தெரியுமா? உனக்கு சான்ஸே இல்லை செல்வம்! வேணுமின்னா வத்ஸலாவைக் காதல் பண்ணு, உன் அந்தஸ்துக்கும் அழகுக்கும் அதுதான் ஏத்தது. ஆனா, தாராளமா லவ் லெட்டர் எழுது. அந்த உற்சாகத்தை நான் தடுக்க விரும்பலை. படிச்சிட்டு நாளை அபிப்பிராயம் சொல்றேன் என்ன?'

நான் கிளம்பினப்ப எனக்கு பின்னால சின்னதா சிரிப்புச் சப்தம் கேட்டுது. ரூமுக்கு வந்தேன். தலை வாரிக்கிட்டேன். சட்டையை மாட்டிக்கிட்டேன். கிளம்பினேன். நிம்மி, 'எங்க போற'ன்னு கேட்டுச்சு.

'வந்துர்றேம்மா! அம்மா வர்றதுக்குள்ள!'

'தற்கொலை ஏதும் இல்லையே.'

'சேச்சே! என் ஃப்ரெண்ட்ஸைப் பார்த்துட்டு வந்துர்றேம்மா.'

'என் மேல கோபமில்லையே.'

'சேச்சே, அதெல்லாம் இல்லை.'

ஆனா, கோபமாத்தான் இருந்தது. அடையாளம் கண்டுக்க முடியாத ஒரு வெறுப்பு வயிற்றுக்குள்ள பரவியிருந்தது. அவ சொன்னதெல்லாம் சத்திய வார்த்தைதான். யோசிச்சுப் பார்த்தா இந்த மாதிரி ஜோடி சேரவே முடியாதுதான். ஊமை பேச ஆசைப்படறது போலத்தான்.

'பாத்தியா! ப்ராம்ப்ட்டா வந்துட்டான் பார்றா. எங்கே வந்தே பிரதர்.'

'என்னது பகவான், தெரியாதமாதிரி கேக்கறே?'

'இன்னில இருந்து உனக்கு ரேஷன்!'

'அப்படின்னா?'

'மொத்தம் மூணு இழுப்புத்தான்! நாளைக்கு ரெண்டு தடவை. நாளன்னைக்கு ஒரு முறை. அதுக்கு மறுநாள்ல இருந்து கிடையாது.'

‘அய்யோ! ஒரு மாசம் டயம் இருக்குன்னியே!’

‘பழக்கத்தை விட முடியாது. அது உங்க தாத்தா வந்தாலும் முடியாது. அதுக்கில்ல. நீ வந்து இனிமே சரக்கு வேணுமின்னா எங்களுக்கு அதுக்கு உண்டான தகவல் சொல்லியாகணும்னு கமிட்டில தீர்மானிச்சுட்டாங்க. மூணு நாளைக்குள்ள சாவி எங்க வெச்சிருக்காங்கிறது தெரிஞ்சாகணும்.’

‘சொல்லலைன்னா?’

‘கோட்டா கட்டு.’

‘மூணு நாளைக்குள்ளதானே பாத்துக்கலாம். இப்ப கொடு.’

‘குடுரா.’

பகவான்கிட்ட எல்லாத்தையும் சொன்னேன்.

‘இதப் பார்றா! முதல்ல வெறுக்கக் கத்துக்க. அந்தப் பொண்ணு அழகுக்குப் பின்னால இருக்கிற அகம்பாவத்தை, ஆணவத்தை அடையாளம் கண்டுக்கக் கத்துக்க. பணக்காரன் பணக்காரனைக் கல்யாணம் பண்ணிக்கிட்டு இவன் அவனுக்கு தங்கம் தரான், அவன் இவனுக்கு ஃபியட் கார் வாங்கித் தரான். நம்மைப் போல ஒந்திங்கதான் மிஞ்சியிருப்போம். இவங்களைக் கொல்றதில ஏதாவது தப்பா?’

XX

எனக்கு அந்த நிலையிலகூட அவன் சொன்ன கடைசி வாக்கியம் சுருக்குன்னிச்சு. 'என்ன சொன்ன பகவான்? கொல்றமா?'

'ஆமாடா! கொல்லக்கூடத் தயங்கக்கூடாதுன்னு சொல்ல வந்தேன்.'

'என்ன பகவான் இது. இதுவரைக்கும் அவங்க வீட்டில கொள்ளை அடிக்கிறதாத்தானே பேச்சு. இப்பப் புதுசா கொல்றது கில்றதுன்னு ஆரம்பிக் கிறே?'

'கொல்றதுக்கு தேவையிருந்தாத்தாண்டா கொல்லப் போறோம். அது உங்கையில இருக்கு! எப்படின்னா, நீ அவங்க வீட்டில இல்லாத வேளையா பார்த்து திறந்துவிட்டன்னா கமுக்கமா காரியத்தை முடிச்சுட்டுப் போயிருவோம். ஆனா, அவங்க வீட்டை விட்டுப் போகவே மாட்டங்கறாங் கன்னு ஒரு பேச்சுக்கு வெச்சுக்குவமே, அட அம்மா இல்லாதபோது பொண்ணு இருக்கா. பொண்ணு இல்லாட்டி அம்மா. எப்பவும் நமக்கு தனியாச் சந்தர்ப்பமே கிடைக்கலை. என்ன செய்வோம்? அப்பவும் கொல்லமாட்டோம். கொல்ல வேண்டாம். அது வேற சிக்கல். ரொம்பத் தீவிரமான சிக்கல். ராத்திரி வேளைல கதவைத் திறந்துவிடு. இருட்டில சாவி இருக்கறவரைக்கும் அவங்களை

எழுப்பாம, சத்தம் போடாம காரியத்தை முடிச்சுர்றோம். அந்த மாதிரி சமயங்களில் அவங்க யாராவது எக்கச்சக்கமா எழுந்திருந்து குறுக்க வந்துட்டாங்கன்னா கொல்லவும் தயங்கமாட்டம்னு சொல்ல வந்தோம். கொல்லணும்ங்கிற உத்தேசமே கிடையாது. தற்செயலா அவங்க விதிப்படி அவங்க மாட்டிக்கிட்டாத்தான் அது! அதுவும் தவிர்க்கவே முடியாமப் போச்சுன்னாத்தான்! பயப் படாதே. இவங்களைக் கொன்னாக்கூட பாவம் இல்லைன்னு ஒரு பேச்சுக்குச் சொல்ல வந்தேன்.'

'யாரையுமே கொல்லக்கூடாது பகவான்! நான் வரலை, நான் வரலை, நான் வரலை!' இப்படியே நூறு தபா சொன்னேன்.

'இத பாரு, இந்த மருந்தைப் போட்டா இப்படித்தான் ஒண்ணையே திரும்பத் திரும்பச் சொல்லிகிட்டே இருக்கத் தோணும். நீ போய்ப் படுத்துக்க. அப்புறம் அம்மா சந்தேகப்படு வாங்க. ஆனா, நாளைக்கு நினைப்பு வெச்சுக்க, நீ என்னதான் கெஞ்சினாலும் ரெண்டு இழுப்புக்கு மேல கிடையாது. கொஞ்சம் கொஞ்சமாக் குறைச்சுக்காம இருக்கிறதும் உன் கையிலதான் இருக்கு. நாளைக்கே அவங்க சாவியை எங்க வெச்சிருக்காங் கங்கற தகவல் நிச்சயமா வேணும். என்ன, அதை கொண்டு வந்தா உன் கோட்டா பழையபடி உசந்துக்கும், போய் வரியா?' திரும்ப வந்தப்ப எனக்கு அதிகம் இழுக்காததினால உடம்பு பூரா வரவரங்குது. இன்னம் வேணும், இன்னம் வேணும்னு கெஞ்சுது. ஒரு மாதிரி நடுங்குது. வாயெல்லாம் பரபரங்குது. காப்பி சாப்பிடலாம்போல இருந்தது. காப்பி சாப்பிட்டாப் போகாது. ஜுரம்போல இருக்குது. என்ன செய்வேன், என்ன செய்வேன்னு தவிக்குது. இதப் பாரு, இவங்ககிட்ட இருந்தோ, இந்தச் சரக்குகிட்ட இருந்தோ உனக்குத் தப்பிக்க முடியாது. உனக்குத் தான் அவங்க கேக்கற விவரம் இன்னிக்கே தெரியுமே. பேசாம போ. போயி அவங்ககிட்ட சரக்கு வாங்கிக்க. முழுசா அனுபவிச் சிக்க. எதுக்கு இந்த அக்கினியைக் கிளப்பிவிட்டு ராப்பூரா அல்லாடணும்? இந்தத் தவிப்பை உன்னால தாங்கமுடியாது.

நிச்சயம் தாங்கமுடியாதுன்னு மனசில ஒரு ஓரத்தில உபன்யாசம் நடக்குது. கொஞ்சம் கொஞ்சமா இந்தக் குரல் வலுத்து பஸ்ஸை அந்த இடத்திலேயே ஓல்டான் பண்ணிட்டு அடுத்த ஸ்டாப்பில இறங்கிக்கிட்டு எதிர்த்திசை பஸ்ஸைப் புடிக்க மறுபடி ஓடினேன். அங்க போனப்ப அவங்கள்லாம் கிளம்பிப் போயிட் டாங்க. அங்கேயே உக்காந்துக்கிட்டு கொஞ்ச நேரம் துடிச்சுட்டு,

கொஞ்ச நேரம் அழுதேன். என்ன கதி ஆய்ருச்சு பார்த்தியா எனக்கு? சுடுகாட்டில மண்ணில ராத்திரி பத்தரை மணிக்கு உக்காந்துக்கிட்டு அழும்படிக்கு! நான் என்ன பாவம் செஞ்சன்னு வருத்தமா இருந்திச்சு. இப்ப நுங்கம்பாக்கம் ஜேக்கப் வீட்டை என் நிலைமையில தேடிப்போக முடியாது. பகவான் எங்க இருக்கான்னு தெரியாது. இங்கதான் பக்கத்தில எங்கயாவது இருக்கணும். இல்லைன்னா இந்த இடத்தை எதுக்குத் தேர்ந் தெடுக்கறாங்க.

கொஞ்ச நேரத்தில என் படபடப்பு அடங்கிப்போக, மெதுவா எழுந்தேன். கடைசி பஸ்ஸுல தொத்திக்கிட்டு வீடுவந்து சேர்ந்தப்ப நான் துரோகம் செய்யப்போற வீட்டை ஒரு முறை பார்த்தேன். இரக்கமா இருந்திச்சு. அவங்களும் என்ன பாவம் செய்தாங்க? எதுக்காக அவங்க சொத்தை இழக்கணும். சொத்தை இழந்தாலும் பரவாயில்லை. உயிரை இழக்கக்கூடாது. பகவான் சொன்னது கொஞ்சம் பயமாவே இருந்தது. இதுவரைக்கும் அவங்களை வெறும் திருட்டு கும்பல்னுதான் நினைச்சுக்கிட்டு இருந்தேன். ஆனா, இப்பப் பார்த்தா கொலைக்கும் அஞ்ச மாட்டாங்க போல இருக்குது. முதக்காரியமா நான் செய்ய வேண்டியது என்னன்னா இரண்டு பேரும் இல்லாத சமயத்திலதான் திருட்டு நடக்க ஏற்பாடு செய்யணும். சொத்து போனாப் பரவா யில்லை. பாவம், அனாவசியத்துக்கு எதுக்கு உயிரை விடணும்!

பாத்தீங்களா பேசிட்டு வரனே, எப்பவாவது போலீஸ்கிட்டயோ அல்லது அம்மாகிட்டயோ போயி இந்தச் சதி நடக்கப் போவுதுன்னு உடைச்சுர தைரியமில்லை பாருங்க! காரணம் பயம்! பகவான் கிட்ட, ஜேக்கப் கிட்ட பயம் இல்லை. அந்தப் பொருளை இழந்துருவோமேங்கிற பயம்தான். அது ஒருமாதிரி பயம். அது இல்லாட்டா இனிமே நாம உலகத்துப் பிரச்னைகளை எதிர்கொள்ள முடியாதுங்கற பயம். அது ஏக்கம், தாகம் என்ன வேணா சொல்லிக்குங்க.

காலைல எழுந்தப்ப நிம்மி கரெக்டா வாசல்ல நிக்கிறா. புதுசாக் குளிச்சிட்டு இந்த மாதிரி ஆரோக்கியமான பெண்களாலேயே உலகம் தினம் புதுப்பிக்கப்படறதுன்னு யாரோ சொன்னாங்க. ஏழு கடல் தாண்டறதுக்கும் சாதனைகளுக்கும் அர்த்தம் உண்டு பண்றாப்பல அழகா நிக்கிறா. காலைல எனக்கு எண்ணங்கள் எல்லாம் விலகிப்போய் நிம்மிகிட்ட சொல்லிரலாம்னு உடனே தீர்மானிச்சுட்டேன். சாயங்காலம் வந்தாத்தான் அந்த பயம்

வருது. இப்ப கொஞ்சம் ஃபிரெஷ்ஷா இருக்கறப்பச் சட்டுனு சொல்லிரலாமேன்னு தீர்மானிச்சேன்.

'என்ன செல்வம்! நான் நேத்து பேசினதுக்கு எம்மேல கோபமா?'

'இல்லை நிம்மி.'

'இந்த ஸம்மை கொஞ்சம் போட்டுத் தாயேன்.'

அதைப் படிச்சுப் பார்த்தேன். டோட்டல் இன்டர்னல் ரிஃப்ளக்ஷன்ல ஒரு கணக்கு கேட்டிருந்தாங்க. கிரிட்டிக்கல் ஆங்கிள் ஒன் பை ம்யூன்னு வெச்சிக்கிட்டா சுலபமா வந்துரும். போட்டுக் காட்டினேன்.

'அடே! நீ எப்ப பி.யூ.சி. படிச்ச செல்வம்.'

'அது ஆயிருச்சும்மா ஒரு வருஷம்.'

'எப்படி உனக்கு எல்லாம் ஞாபகம் இருக்கு, எனக்கு கிளாஸ்ல சொன்ன மாத்திரத்தில டாண்னு மறந்துருதே.'

'என்னவோ ஞாபகம் இருக்கு. நிம்மி உங்ககிட்ட முக்கியமாப் பேசணும்.'

'மறுபடி காதலா!' பிளேடு எடுத்து பென்சில் சீவ ஆரம்பிச்சா.

'இல்லை நிம்மி. அதான் மூஞ்சில அடிச்சாப்பல பதில் கொடுத்துட்டியே. இது என்னைப்பத்தி இல்லை. நம்ம மூணு பேரையும் பத்தி. நான், நீ, உங்கம்மா.'

'எங்கம்மா ஏதாவது விபரீதமா உங்கிட்ட நடந்துகிட்டாங்களா?'

'இல்லை நிம்மி. ஏன்?'னு கேட்டேன் ஆச்சரியத்தோட.

'இல்லை. சும்மா கேட்டேன்'னு கண்ணில கரை படிஞ்சமாதிரி மாறிட்டா.

'நிம்மி! நான் இங்க வந்து சேர்ந்தது எதுக்குத் தெரியுமா?'

'எதுக்கு?'

'உங்க வீட்டில திருடறதுக்கு! இருக்கிற நகைங்களை எல்லாம் திருடறதுக்கு'ன்னு சொல்ல வாயெடுத்தபோதுதான் மற்றொரு

திருப்பம்னு நான் அதைச் சொல்லணும். அது நிகழ்ந்தது. நிம்மி பென்சில் சீவிக்கிட்டு இருந்தவ அதைக் கூர் பண்றேன்னு நல்லா ஆள்காட்டி விரல்ல வெட்டிக்கிட்டு ரத்தம் முத்து முத்தாப் பிதுங்க ஆரம்பிச்சுது. அதை எடுத்து வாயில வெச்சிக்கிட்டா. அதையே பார்த்துக்கிட்டு 'டிங்க்சர் இருக்கா'ன்னா. கொஞ்சம் ஆழமாவே வெட்டியிருந்தது.

ரத்தம் நிக்கலை. 'இரு நிம்மி! நான் போய் பிளாஸ்டர் கொண்டு வர்றேன்'னேன். அவ என்கூடவே தன் ரத்தத்தை சுவாரஸ்யமா பார்த்துக்கிட்டே வர்றா. தரையெல்லாம் வட்டம் வட்டமா சொட்டுது.

'என் ரத்தம் எவ்வளவு சிவப்பா அழகா இருக்குது பாத்தியா'ன்னா. 'அம்மா, அம்மா! ரத்தம்'னு கூப்ட்டா. மேலேயிருந்து எட்டிப் பார்த்த அம்மாகிட்டே ரத்தத்தைக் காட்டினா. இப்ப விரல் முழுக்க ரத்தப் புடைவை உடுத்தினாப்பல ஆயிருச்சு. 'மைகாட்!'னா அம்மா. உருண்டு படி வழியா வந்து, 'என்ன செல்வம்! பார்த்துக்கிட்டே இருக்கே? டிரைவரைக் கூப்பிடு!'

'இட்ஸ் ஒன்லி எ கட் மம்மி!'

'செப்டிக் ஆயிடும். வா! டிரைவர் எங்க, கூப்பிடு செல்வம். ரத்தம் நிக்காமச் சொட்டுது. சீக்கிரம்.'

நான் டிரைவரைக் கூப்பிட்டு வர. அவங்க ரெண்டு பேரும் காரில அவங்க டாக்டர் வீட்டுக்குப் போக, நான் என் ரூம்ல இருந்து இந்த வீடு வரைக்கும் சொட்டியிருந்த நிம்மியோட ரத்தத்தைப் பார்க்கறேன். வீடு வெறிச்சினு இருக்கு. நிச்சயம் காலைல சொல்லியிருப்பேன். ரத்தம் வந்து தடுத்தது எனக்கென்னவோ மற்றொரு சமயத்தில நான் நிம்மியோட ரத்தத்தை நிறையப் பார்க்கப் போற காட்சிக்கு ஒரு ஒத்திகையாத்தான் பட்டுது. நான் சொல்லவே போறதில்லை. இன்னிக்குச் சாயங்காலத்துக்குள்ள அவளைத் தனியாப் பார்க்கச் சந்தர்ப்பம் கிடைக்கப் போற தில்லை! வைராக்கியம் கொஞ்சம் கலைஞ்சுதான் போயிருந்தது, என்னடா, ஒரு அழகான அனுபவத்தை ஏன் இழக்கணும்? அதைப் புடிச்சுப் பார்க்கறப்ப ஏற்படற அனுபவத்தை விவரிக்க வார்த்தையில்லை.

இந்த என் அனுபவம், இதனுடைய ஏக்கம், இந்த ஏக்கத்தால நான் அந்த விஷயத்தை அவங்ககிட்டே சொல்லாமத் தயங்கறது.

சொல்ல தைரியம் வந்த இரண்டு சந்தர்ப்பத்தில ஏதோ வந்து அதைக் கலைச்சது. அந்த பிளேடு வெட்டு எதுக்கு வரணும்?

ஒண்ணு தோணிப் போச்சு. இது எல்லாமே முன்னாலயே கதை வசனம் யாரோ எழுதிட்டு நானு, நிம்மி, பகவான், அந்தம்மா எல்லாரும் நடிச்சிக்கிட்டு இருக்கோம். இந்த நாடகத்துடைய ஸ்கிரிப்டை மாத்த முடியாது, எழுதப்பட்ட சம்பவங்களை விட்டு விலக முடியாது, சொந்த டயலாக் அடிக்க முடியாதுன்னுதான் தோணிப் போச்சு. இதைப்பத்தி பகவான்கிட்ட கேக்கணும், அதோட அந்தம்மா கூப்ட்டாங்கன்னா போகலாம்னும் தோணிச்சு. என் வாழ்க்கையில என்னால கட்டுப்படுத்தவே முடியாத, என்னை அறியாத விஷயங்கள் திசை திருப்பிட்டிருக்க, திருட்டாவது கொலையாவது? அதுக்கெல்லாம் நான் காரணமில்லை சார்!

விரும்பமில்லாத் திருப்பங்கள்

XX

அதுக்கப்புறம் நான் செலுத்தப்பட்டவன்போலத் தான் இயங்கினேன். எல்லாமே தீர்மானிக்கப்பட்ட விஷயம்னு அடுத்த முறை பகவானைச் சந்தித்த போது சொன்னேன்.

'அதில்லைடா. வாழ்க்கைல எல்லாமே அபத்த மானதுதாண்டா. அதை முதல்ல புரிஞ்சுக்க. இதனால இதுன்னு காரண காரியங்கள் சொல்ல முடியாது. நீ பொறந்ததே ஒரு விபத்து, ஒரு அபத்தம். மொத்தம் கோடிக்கணக்கான ஸ்பர்ம்ல ஒண்ணே ஒண்ணு. நீச்சல் அடிச்சு அதனோட இலக்கைச் சந்திச்சு அதனால நீ உண்டாயிருக்கே. ஒண்ணு தப்பியிருந்தா நீ பொண்ணாக்கூடப் பொறந்திருக்கலாம். அப்ப உன் வாழ்க்கையே வேற விதத்தில அமைஞ்சிருக்கும். இந்த மாதிரி சுடுகாட்டில உக்காந்துகிட்டு பங்கி அடிச்சுக்கிட்டு இருப்பியா? அதான் வெச்சுக்க, வாழ்க்கையில நிகழற சம்பவங்கள் எதுக்கும் அர்த்தம் இல்லை. தினம் கோயிலுக்குப் போனா புண்ணியம், நல்லது வரும்னு சொல்வாங்க. கோயிலுக்குப் போகாதவன் கொழிக்கிறான். கோயிலுக்குப் போறவன் அடுத்த வேளை சோத்துக்கு ஊத்திக்கிட்டிருக்கான். கோயிலுக்குப் போறவங்கள்ல செழிப்பா இருக்கற வங்களும் இருக்காங்க. போகாதவங்கள்ல கஷ்டப் படறவங்களும் இருக்காங்க. இதில என்ன

தெரியுது? அதுக்கும் இதுக்கும் சம்பந்தமில்லை? இந்த பூமியே ஒரு ஆக்சிடெண்ட்! அதில நீ ஒரு ஆக்சிடெண்ட்! நான் ஒரு ஆக்சிடெண்ட்! நிம்மி ஒரு ஆக்சிடெண்ட்! நம்ம வாழ்க்கைகள் குறுக்கிடறது, அவ்வளவுதான். இப்ப நாம திருடப்போறண்டா. உடனே சாமி நம்மைப் பின்னால துரத்திட்டு வந்து தண்டிக்கப் போவுதா? இல்லை! சாமர்த்தியம் இல்லைன்னா மாட்டிப்பம். அப்ப போலீஸ் தண்டிக்கப் போறது. போலீஸ் சாமி இல்லை. நிறையப் பணம் இருந்தா போலீஸையும் வாங்கிர முடியும். அப்ப இந்த உலகத்தில, நியாயம் எல்லாம் பண நியாயம். பெரும் பாலானோர் நியாயம். மெஜாரிட்டி பேசுது.'

நான் கவனமா கேட்டுக்கிட்டே இருந்தேன். 'பகவான் என்னவோ செய். எனக்கு சிகரெட் கொடுத்துடு. அது போதும்.'

'கொடுக்கறண்டா. தகவல் சேகரிச்சியா.'

'தகவல் இருக்குது பகவான்.'

'சொல்லு ராஜா! சபாஷ்!'

'நகை எல்லாம் கூடத்துக்குப் பக்கத்தில இருக்கிற பெட்டில வெச்சிருக்காங்க. லாக்கர்ல கொண்டு வெக்கிறதா இருக்காங்க. இன்னும் போடலை!'

'சாவி?'

'சாவி இருக்கிற இடமும் தெரியும். அலமாரில ஒரு பொம்மை, அதில இருக்குது. அலங்காரப் பொம்மை. அதில போய் மறைச்சு வெச்சிருக்காங்க.'

'சபாஷ்ரா! டேய், இவனுக்கு பெரிசா ஒண்ணு கொடுறா! தாய்ப்பால் மாதிரி சப்பட்டும்.'

'பகவான்! அவங்க இல்லாதபோது திருடலாம் பகவான். அனாவசியமா ஆள் சேதம் வேண்டாம்.'

'டேய், நாங்களும் அதையேதான் சொல்றம்ண்டா, எங்களுக்கும் ஆளை அடிக்கிறதிலயோ கடிக்கிறதிலயோ விருப்பமில்லை. அதுக்குத்தானே பிளான் போட்டு உள்ளுக்குள்ள விதைச்சு வெச்சிருக்கோம். இதப் பாரு, அவங்களுக்குச் சேதம் இல்லாம பாத்துக்கறது உன் பொறுப்பு. அவங்க இல்லாதப்பத்தான் திருட

விரும்பமில்லாத் திருப்பங்கள் ✵ 77

விரும்பறோம். எவ்வளவு சிம்பிளான வேலை பாரு. கதவை உடைக்கவேண்டாம். கண்ணாடியை உடைக்கவேண்டாம். நீ வீட்டைத் திறந்துவிடறே. நாங்க உள்ள வரோம். எல்லாத்தையும் வாரிக்கிறோம். கிளம்பிடறோம். வேற ஊருக்குப் போய் பங்கு போட்டுக்கறோம். இதிலெல்லாம் அய்யா சோசலிஸ்ட்டு. எல்லாருக்கும் சமபங்கு. தங்கத்தை உருக்கறது, மாத்தறது எல்லாம் ஜேக்கப் செய்துடுவான். உன் வேலைதான் ரொம்ப எளிது. கதவைத் திறக்கிறே. அவ்வளவுதான். ராத்திரி வேளையில வெச்சுக்கறது நல்லது. அம்மாவும் பொண்ணும் சினிமாவுக்குப் போக மாட்டாங்களா? செகண்ட் ஷோ! அதைப்பத்தி ஏதாவது கோடி காட்டி விடேன். 'அம்மா, நான் வீட்டைப் பாத்துக்கறேன், நீங்க போய்ட்டு வாங்க'ன்னு.'

'பார்க்கலாம் பகவான்!'

'ஆமா. எப்படி இவ்வளவு சுருக்கா நகை வெக்கிற இடத்தைக் கண்டுபிடிச்ச?'

'அது வந்து அகஸ்மாத்தா அந்தப் பொண்ணு ஒரு ரிசப்ஷனுக்குப் போறப்ப அதுவே கூப்ட்டு எங்கிட்ட சொல்லி நகையை எடுத்துத் தரச் சொல்லிச்சு'

'இதப் பார்றா, இதைத்தான் கடவுள் செயல்னு சொல்லணும்! கடவுள் திருடங்களுக்கு உதவுறார்ரா!'

'அப்படித்தான் தோணுது பகவான்.'

'நீ என்ன பண்ற, தினம் எட்டரை மணிக்கு நான் வீட்டாண்டை வரேன். அவங்க ஏதாவது செகண்ட் ஷோ போறதாத் தீர்மானம் பண்ணாங்கன்னா, நீ வீட்டுக்கு வெளிய வந்து எனக்கு சிக்னல் கொடு. அன்னைக்கு ராத்திரியே காரியத்தை முடிச்சுரலாம். என்ன ஜேக்கப்?'

'அதுகூட நல்ல ஐடியாதான். செகண்ட் ஷோவுக்கு அவங்க கிளம்பின கையோட நடத்திரலாம்.'

'ஒரு வாரத்துக்குள்ள இது நிகழலைன்னா, வேற முறை பார்த்தாகணும். அவங்க நகையை இன்னும் லாக்கர்ல போடலியே. நிச்சயமாத் தெரியுமில்லை?'

'நிச்சயம் பகவான்.'

'அது போதும் வா! வந்து உக்காரு செல்வம். உலகத்தில நீ பார்க்க வேண்டியது எத்தனையோ இருக்கு. உயிருள்ள பன்னியை வேக வைக்கிறதை நீ பாத்திருக்கியா. கோவாவில தாமரத்தால செதுக்கின மாதிரி வெயில்ல படுத்திருக்கிற வெள்ளைக்காரி முலைகளைப் பாத்திருக்கியா. ஃபென்னி சாப்பிடணும்! ஆஸாம்ல மல்வான்னு ஒண்ணு, அது சாப்பிடணும். சிங்கப்பூர்ல பாங்காக்கில பாம்பு சாப்பிடணும். இருக்கிற குட்டிங்களை எல்லாம் ...ணும். அப்புறம் இமாலய மலைச்சாரலில் ஞானம்னா என்னன்னு உனக்குச் சொல்லக்கூடிய ஒரு சாமி இருக்காங்க; பொம்பளை! ஜோதின்னா அப்படி ஜோதி. உடம்பில ஏதும் கிடையாது. தலைமயிரும் விபூதியும்தான் மறைச்சிருக்கும். அந்தக் கண்ணால ஒரு பார்வை பார்த்துட்டாங்கன்னாப் போதும். அதிலேயே உனக்கு பரமபதம், கைலாசம் எல்லாமே கிடைக்கும். வா கண்ணு, உனக்கு ஒரு வருஷத்தில ஒரு வாழ்நாளுக்கு உண்டான அனுபவங்களைக் காட்டறேன். எங்ககூட சேர்ந் துட்டில்ல, இனி உனக்கு மோட்சம்தான். தெரியுதா!'

'சரி, பகவான்'னு முதல் இழுப்பை இழுத்தேன். என் பதறிப்போன அங்கங்கள் எல்லாம் சமநிலைக்கு வர ஆரம்பிச்சுருச்சு. நான் செய்தது, செய்யப்போறது எல்லாத்துக்கும் கற்பித்த நியாயம் கிடைச்சுருச்சு. 'யாரும் யாரையும் கொல்லப் போறதில்லை. அவங்ககிட்ட இருக்கற நகைகளைப் புடுங்கி வெச்சுக்கப் போறோம். அது தப்பா! அது இல்லாம அவங்களால உயிர் வாழ முடியும் இல்லை? வருஷத்துக்கு ஒரு நா, இரண்டு நா, போட்டுக் கற நகை! பாக்கி நாள் லாக்கர்ல தூங்கற நகை! எடுத்துக்கிட்டா என்ன தப்பு பகவான்?'னு சொன்னேன்.

'அதாண்டா நான் சொல்றதும்.'

பகவான் கார்ப்பரேஷன் விளக்கு வெளிச்சத்தில சின்னதா ஒரு புஸ்தகத்தை எடுத்து அதைப் பிரிச்சு, 'கேளுங்கடா ஞான சூன்யங்களா! நானூறு வருஷத்துக்கு முன்னாடி சொல்லி யிருக்கான் மாக்கியாவெல்லி.'

இங்கிலீஷ்ல வாசிச்சு ஜேக்கப்புக்கும் எனக்கும் மொழி பெயர்த்துச் சொன்னான்.

'மேல மேல அடைய விரும்பறது ரொம்ப இயற்கையான விஷயம். அதில வெற்றி பெற்றா எல்லோரும் வாழ்த்துவாங்க.

விரும்பமில்லாத் திருப்பங்கள் ✤ 79

ஆனா, மேலே மேலே அடையறதுக்கு திறமை இல்லாம ஆசை மட்டும் படறது முட்டாள்தனம். இப்ப நமக்கு ஆசையிருக்கு. திறமையும் இருக்கு. இல்லையா ஜேக்கப்?'

'கொல்லவேண்டாம் பகவான், கொல்லக் கூடாது! எனக்கு ரத்தத்தைப் பார்த்தாக் குமட்டும்.'

'ஒரு பொட்டு ரத்தம் வராமக் கொல்லலாம், தெரியுமில்லை.'

'தெரியும்.'

'கராத்தே அடிகூட இருக்குதாம். பொட்டுனு உசிரு போயிருமாம்.'

'அடிக்கக்கூடாது. அடிக்கக்கூடாது.'

'தேவையில்லாம அடிக்கக்கூடாது. கொல்லக் கூடாது.'

'தேவை வெச்சுக்கக் கூடாது!' ஒவ்வொரு வாக்கியத்தையும் மூணு தடவை சொன்னேன்.

'அதுக்கு நீதான் பொறுப்பு. கோல் நடறமாதிரி திருட்டை ஏற்பாடு பண்ணிக் கொடுக்கவேண்டியது உன் பொறுப்பு!'

'சரி...சரி...சரி...சரி...சரி...'

'விடியறவரைக்கும் சொல்லிட்டிருப்பியா. வூட்டுக்கு போறதா உத்தேசம் உண்டா?'

மறுநாள் ஞாயிற்றுக்கிழமை. காலைல எப்பவும்போல எனக்கு தைரியம் கழண்டுக்கிச்சு. எண்ணெய் தேய்ச்சுக்கிட்டு வந்த நிம்மியைப் பார்த்தேன். வெயில்ல உக்காந்துக்கிட்டு தலையை ஆத்தி உலத்தறப்ப அந்த சௌந்தர்யத்தைப் பார்த்தப்ப, எதுக்காக இந்தத் தவறு செய்யணும், தவறு செய்யறதாத் தீர்மானிச்சுட்டா வேற தவறு செய்யலாமேன்னு தோணிச்சு. மறுபடியும் அலையடி! ரூம்ல அம்மா படத்தைப் பார்த்ததும் அவங்க, 'என்னடா செல்வம்! உன்கிட்ட என்ன எல்லாம் எதிர்பார்த்தேன். இத்தியாதி' எல்லாம் கேக்க ஆரம்பிச்சுரும். சட்டுனு மனசு மாறிப்போய் இன்னிக்கு நிம்மிகிட்ட ஒப்புத்துக்கிடறதுன்னு தீர்மானிச்சுட்டேன். 'பார் செல்வம்! ஒத்திப் போடவே போடாதே. ஒத்திப் போட்டேன்னா மறுபடி அந்த சைத்தான் வந்து பிடிச்சுக்கும். ஓடு! இப்பவே ஓடு'ன்னு உள்ளுக்குள்ள

தெளிவா சுத்தமா மனச்சாட்சி குரல் கொடுத்தது. பாண்ட் மாத்திக்கிட்டேன். நேரா பெரிய வீட்டுக்குப் போனேன்.

வீட்டு வாசல்ல யாரும் இல்லை. காரைக் காணம். ஒரு மோட்டார் சைக்கிள் மட்டும் நின்னுக்கிட்டு இருந்தது. அம்மா வீட்டில இல்லைபோலத் தெரிஞ்சுது. வத்ஸலா சமையலறையில் பிஸியா இருந்தாப்பல. நிம்மியைக் காணலை. திரும்பிப் போயிரலாம்னு கிளம்பினேன். மறுபடி எனக்கு இந்த வைராக்கியம் வராதுன்னு இப்பவே சொல்லிரலாம்னு தோணிருச்சு. நிம்மி மாடியில இருக்கலாம்னு மாடிப்பக்கம் போனேன். மாடி ஹால் கதவைத் திறக்கறதுக்கு முன்னாடி நிம்மி முன் அறையில இருப்பாளோன்னு சன்னல் வழியா எட்டிப் பார்த்தேன். தயங்கிப்போய் நின்னேன். சன்னல் திரை லேசாக் காத்தில ஆடிக்கிட்டு இருந்தது. நான் பின்வாங்கினேன். ஆனா, இடத்தை விட்டு விலகலை. அறை இப்ப தெரியுது, இப்ப தெரியலை.

நிம்மி சோபாவில சாஞ்சாப்பல இருக்கா. அவ மேலே ஒரு பையன் சாஞ்சிருக்கான். படக்கு படக்குன்னு அவ மாரு பட்டன் எல்லாத்தையும் அவசரமாக் கழற்றிக்கிட்டே உதட்டிலே அழுத்த முத்தம் கொடுத்துக்கிட்டே... அவ தோள் தெரியுது. சட்டை சரியுது. ஸ்கர்ட்டைத் தூக்கறான். அவமேல ஒட்டிக்கிட்டாப்பல தான் இருக்கான். கால், தொடை எல்லாம் பளிச்சுனு தெரியுது. அப்படியே அவங்க சோபாவில சரியறாங்க.

சோபா ஆடுது. முதல்ல மெல்ல. அப்புறம் வேகமா.

அந்தக் காட்சியை சத்தம் போடாம எல்லாம் முடியும் வரைக்கும் பார்த்துக்கிட்டு இருந்தேன். எனக்கு அழுகை வந்திச்சு. பொறாமை வயிற்றில எரியுது. ஒரு கணம் அந்தப் பையனா என்னை கற்பனை பண்ணிப் பார்க்கறப்போ மிருகத்தனமான இன்பமும் இருந்தது. அவங்க கொஞ்ச நேரம் மவுனமா இருந்தாங்க. அதுக்கப்புறம் நிம்மி எழுந்தா. சட்டை பாண்டை எல்லாம் கழத்தியிருந்தா. சின்னதா டிராயர் போட்டுக்கிட்டா. அப்புறம் அவன் சீண்டறதையெல்லாம் கவனிக்காம தலை வழியா சட்டையை மட்டும் போட்டுக்கிட்டா. பாண்டை எடுத்து மாட்டிக்கிட்டா. தலையை வாரிக்கிட்டா.

ரெண்டு பேரும் கீழ வரப் போறாங்கன்னு நான் உடனே சத்தம் போடாம இறங்கிட்டேன். ஹால்ல வெய்ட் பண்ணிக்கிட்டு இருக்கேன்.

நான் பார்த்த அந்தக் காட்சி மற்றொரு திருப்பம் தான்னு சொல்லணும். ரொம்பத் தடுமாறிப் போய்ட்டேன். நிம்மியை அந்த மாதிரி ஒரு ஆபாச நிலையில வெச்சுப் பார்ப்பன்னு நான் எதிர்பார்க்கவே இல்லை. அவகிட்ட ஒரு தேவதைத்தனம் இருந்ததாகவும், அவ புனிதம் கெடாத வஸ்துங்கறாப்பலயும் நினைச்சுக்கிட்டு இருந்தவனுக்கு இது ஒரு

கவிதையைக் கலைச்சுட்ட மாதிரி ஆயிருச்சு. ரெண்டு பேரும் இறங்கி வராங்க. 'என்ன செல்வம்?'

'அம்மா இல்லைங்களா?'

'இல்லை.' அந்தப் பையன் சூயிங்கம் மென்னுக்கிட்டே இறங்கி வரான். அட, இந்தப் பயலுக்கா போய்... இவன் என்னைவிட தோற்றத்திலயோ, உயரத்திலயோ, புத்தியிலகூட மட்டமான வனாத்தான் தோணிச்சு. பணக்காரப் பையனா இருக்கலாம். ஊதினா விழுந்துருவான்போல இருந்தது. பிரமாதமா இங்கிலீஷ் பேசறான். கழுத்தில பெரிசாத் தங்கச் சங்கிலி தொங்குது, புலி நகத்தோட. பெரிய வஸ்தாது பாருங்க! நிம்மியுடைய நகத்தைக் கூடத் தொட அருகதை இல்லாதவன்.

'நிம்! ஹூஸ் திஸ் ஜோக்கர்?'

'டோல்ட் யூ! லெட்டர் ரைட்டர்!'

'ஓயா! கை ஹூ ரோட் தட் க்ரேஸி போயட்ரி அண்ட் ஆல் தட் க்ராப்!'

'நோ திஸ் ஒன் ரைட்ஸ் ப்ரோஸ்! என்ன செல்வம்? வேற ஏதும் லெட்டர் எழுதலையா?'

'ஆஸ்க் ஹிம் டு ஷோவ் இட் அப் ஹிஸ் ஆஸ்!'

'நோ ப்ரேம்! ஹி இஸ் எ ஸ்வீட் கை! டஸ் மை ஹோம் ஓர்க்!'

'மஸ்ட் பி எ ப்ரெய்னி கய்!'

நான் அசட்டுத்தனமா சிரிச்சுகிட்டே வெளியே வந்துட்டன். 'செல்வம்! உங்கிட்ட ஒரு விஷயம்.'

'என்னம்மா?'

'அம்மாவும் நானும் இன்னிக்கு ராத்திரி சினிமா போகப் போறோம். அம்மா சொல்லச் சொன்னாங்க. சாயங்காலம் எங்கியும் போகவேண்டாம்னு சொன்னாங்க.'

'சரிம்மா!' என்று என் அறைக்குப் போனேன். என் படுக்கையில படுத்தப்ப எனக்கு அந்த வர்க்கத்தின் மேலயே கோபம் பொத்துக்

கிட்டு வந்தது. என்ன ஒரு செயற்கை சனங்கள். செயற்கைத் தனமாப் பேச்சு. புரியாதுன்னு நினைச்சுக்கிட்டு அவங்க மட்டத்தில இல்லாதவங்களை எல்லாம் கிண்டல் பண்ணிக் கிட்டு. ஒண்ணுமில்லாததுக்கெல்லாம் சிரிச்சுக்கிட்டு. இவங்க தலைமுறையையே துப்புரவாக் கொள்ளை அடிச்சா தப்பில்லை! பகவான் சொல்றதில் முழு நியாயமும் இருக்குதுன்னு மறுபடி பகவான் கட்சின்னு வந்துட்டேன்! ஆனா, அவங்க சினிமா போறது இத்தனை சீக்கிரம் நிகழும்னு நான் எதிர் பார்க்கலை. இன்னிக்கு அங்கே போகலைன்னா பகவான் என்னைத் தேடிக்கிட்டு இங்க வருவானான்னு சந்தேகமா இருந்திச்சு. அதனால அங்க போய்ச் சொல்லிட்டு வரலாம்னு தோணிச்சு. இருந்தாலும் வீட்டைவிட்டுப் போக முடியாது. பொண்ணு இப்ப மோட்டார் சைக்கிள்ல கிளம்பிரும். நான் தனியாத்தான் வீட்டில இருப்பேன்.

ராத்திரி சினிமாவுக்குப் போறாங்க. இந்தச் செய்திகூட என்னை எப்படித் தற்செயலா வந்து சேருது பாருங்க. நேத்துத்தான் பகவான் சொல்றான். இன்னிக்கு சினிமா போறேங்கறாங்க! என்ன ஒரு பொருத்தம் பாருங்க! எனக்குத் தீவிரமான நம்பிக்கை வந்துருச்சு. நம்ம கையில ஏதும் இல்லை. என்னவோ நடக்க வேண்டியது நடந்துகிட்டு இருக்கு!

எட்டரை மணி சுமாருக்கு வத்ஸலா என்னைக் கூப்பிட்டு சோறு வெச்சது.

'என்ன வத்ஸலா இவ்ள சீக்கிரம்?'

'சோறு வெக்க. அவங்கல்லாம் சினிமாவுக்குப் போறாங்க!'

'ஓ! அப்படியா.'

'அவங்கெல்லாம் சினிமாக்குப் போறாங்கன்னு' வத்ஸலா கொஞ்சம் அழுத்தமாச் சொல்லிச்சு. நான் திரும்பிப் பார்த்தேன். புதுசா நைலான் கட்டியிருந்தது. நெத்திப் பொட்டு, பவுடர், பெரிசா மை எல்லாம் ஷோக்காத்தான் இருந்திச்சு. சன்னமா ரவிக்கை போட்டிருந்ததில உள்ள கறுப்பா பாடி போட்டுக்கிட்டு இருந்தது தெரிஞ்சுது.

ஒரு நிமிஷம் வேற பிளான் யோசிச்சேன். பகவான்கிட்ட சொல்லவேண்டாம். இன்னிக்குச் சொல்லவேண்டாம்.

'வத்ஸலா, ராத்திரி எத்தனை மணிக்கு வீட்டுக்குப் போவ?'

'ஏன் என்ன பெசலா விசாரிக்கிறே'ன்னு கண்ணைச் சிமிட்டினா.

'வந்து... வந்து வத்ஸலா ராத்திரி கொஞ்சம் லேட்டாப் போனா நாம ரெண்டு பேரும்...'

'ரெண்டு பேரும்.'

'பேசிக்கிட்டு இருக்கலாமே!'

'அடச்சட்! உங்கூட பகல்பூராப் பேசறது போதாதா!'

'பேச்சு மட்டுமில்லை வத்ஸலா வந்து...'

வத்ஸா களுக்குனு சிரிச்சு, 'ஓஹோ! அப்படியா சேதி! இதப் பார்றா! இதை எம்புருஷன்கிட்டச் சொல்லியே ஆகணும்! நாளைக்குக் காலையே கூட்டி வரேன். கொஞ்சம் விசாரிச்சுப் பாரு'ன்னு சொல்லிட்டு சிரிச்சுக்கிட்டே போயிட்டா. எனக்கு ஒருமாதிரி பயமாயிருச்சு,

அம்மாவும் பெண்ணும் சாப்டுட்டுக் கிளம்பிட்டாங்க. வத்ஸலா பாத்திரத்தை எல்லாம் அலம்பிக் கவுத்துட்டு வெத்திலை போட்டுக்கிட்டு, 'போறம்பா, நாளைக்கு இருக்கு உனக்கு பூசை'ன்னுகிட்டுப் போயிருச்சு. கேட்டுக் கதவை சார்த்தி தாப்பா போட்டுக்கிட்டேன். மார்பு உயரம் கேட்டுக்கு மேல எட்டிப் பார்த்தேன். எட்டரை மணிக்கே தெரு வெறிச்சினுதான் இருந்தது. எனக்கு ஆவேசம் வரவே, எதிர்பார்த்துக்கிட்டு இருக்கேன், பகவான் வருவானான்னு.

கொஞ்ச நேரத்தில நிழலாடிச்சு.

'பகவான்'னு கூப்ட்டேன்.

மெல்ல அந்த உருவம் என்னை நோக்கி வந்து 'முட்டாளே! பேர் சொல்லிக் கூப்பிடாத? என்ன விஷயம்.'

'அம்மா, பொண்ணு ரெண்டு பேரும் சினிமாவுக்குப் போயிருக் காங்க. நைட் ஷோ!'

'அட, அப்ப இங்கேயே இரு. அரை மணியில ஜேக்கப்பைக் கூட்டிக்கிட்டு வர்றேன்.'

‘பகவான்! அப்ப இன்னிக்கே காரியத்தை...’

‘ஆமடா, இதை விட்டாச் சந்தர்ப்பம் மறுபடி வருமோ இல்லையோ. இங்கேயே இரு. ஓடி வந்துர்றோம்! பத்து மணிக்குள்ள துடைச்சுரலாம்!’

‘சரி, பகவான்!’ அவன் ஓடிப்போக, நான் காத்திருந்தேன். கையெல்லாம் நடுங்கிச்சு. பகவான்கிட்ட மால் கொண்டு வான்னு சொல்ல மறந்துட்டமேன்னு வருத்தமா இருந்திச்சு. கொண்டு வருவான்! இந்த மாதிரி சமயங்களில் தேவையிருக்கும் அவனுக்கு. மேலயும் கீழயும் நடந்தேன். துடிப்பா ஒரு மாதிரியா இருந்தது. அவங்க வருவாங்களா? சீக்கிரம் வரணுமே. இன்னை யோட இந்த வீடு கடைசி, எல்லா நகையும் எடுத்துக்கிட்டு ராத்திரியே புறப்படவேண்டியதுதானே!

சரியா அரை மணியில அவங்க வந்துட்டாங்க.

இருட்டில அவங்க வர்றதே தெரியாம, கிட்ட வந்தப்பதான் ஜேக்கப் முதல்ல தெரிஞ்சான். கைல பெரிசா பை வெச்சிருந் தான். மப்ளர் சுத்தியிருந்தான். கேட்டைத் திறந்து வெச்சிருந் தேன். அதுக்குள்ளே நழுவி உள்ளே போன பிற்பாடு பகவான் வந்தான். அவனை உள்ளே விட்டுக் கதவை சார்த்திட்டு தயங்கிக் கிட்டே அவங்ககூடப் போறேன்.

வீட்டுக்குள்ள மூணு பேரும் நுழைஞ்சோம். பகவான் ஹால்ல சோபாவில் உக்காந்துக்கிட்டான். ‘ஜேக்கப்! ப்ரிண்ட்ஸ் விழாம பார்த்துக்க. நீ ஒருத்தன் திறந்தாப் போதும், என்ன? எல்லாத்தை யும் துடைச்சுட்டு வா! அவசரமே இல்லை.’

ஜேக்கப், ‘எதுரா ரூமு’ன்னான்.

நான் ரூமைக் காட்டினேன். இரும்புப் பெட்டியை ஆசையாப் பார்த்தேன். பகவான் கர்ச்சீப் வைத்து ஃப்ரிஜ்ஜைத் திறந்து அதில வெச்சிருந்த தயிரை எடுத்துக் குடிச்சான். ‘பசி வாத்யாரே! இன்னும் சாப்பிடலே.’

‘சாவி! சாவி! எங்கடா?’ன்னான் ஜேக்கப். பொம்மையை எடுத்து கழுத்தைத் திறந்து காட்டினேன். சாவிக்கொத்து இருந்தது. ஒண்ணு ரெண்டுன்னு போட்டிருக்கும். ரெண்டு சாவி. இரும்புப்

பொட்டியைத் திறந்தப்ப பகவான் உள்ள வந்தான். அட்டைப் பெட்டிகளை ஒவ்வொண்ணாத் திறந்து இது வைரம்னு பிரமிச்சுப் போயி... அது ஒண்ணு ரெண்டைக் கழுத்தியும் காதிலயும் மாட்டி எனக்குக் காட்டினான். எப்படி இருக்குன்னு கேட்டான். அப்ப வாசல்ல சப்தம் கேட்க, யாருன்னு பார்த்தா அவங்கதான்! அம்மாவும் பொண்ணும் திரும்பி வந்துட்டாங்க.

அவங்க ரெண்டு பேரையும் பார்த்தப்ப எனக்குப் பதறிப் போச்சு. உள்ள கார் வந்து நிக்குது... அவங்க ரெண்டு பேரும் படக்கு படக்குன்னு கதவைச் சார்த்திக்கிட்டு இறங்கறாங்க. 'எங்க இந்த செல்வம்? கேட்டைத் திறந்து வெச்சுட்டு என்ன செய்யறான்...'னு சொல்லிக்கிட்டே வராங்க.

'பகவான்! ஆபத்து. சினிமா டிக்கெட் கிடைக்கல போலிருக்கு. அவங்க வர்றாங்க. ஓடிப்போயிருங்க! ஓடிப்போயிருங்க! ஓடிப்போயிருங்க!'

ஜேக்கப், பகவானைப் பார்க்கிறான். 'மாதர்சோத்! என்னடா இவன் இப்படி மாட்டிவிட்டுட்டான்' கறான்... இன்னும் அட்டைப் பெட்டியை திறந்துக் கிட்டிருக்கான்.

பகவான் பதட்டமே காட்டலை. 'வரட்டுமேடா! வரட்டும்! ஜேக்கப்! கிச்சன்ல போய் ஏதாவது ஆயுதம் எடுத்துட்டு வா! பயப்படாத! இதை நான் சமாளிக்கிறேன்!'

'செல்வம்! செல்வம்!'

பகவான் தன் பனியனுக்குள்ள கை விட்டுக்கறான்...

'செல்வம்! செல்வம்! என்ன இது வீடு தொறந் திருக்கு. வெளக்கெல்லாம் எரியுது. பேச்சுக்குரல் கேக்குது...'

'செல்வம்!' அதட்டல்! செருப்பு சப்தம் கேக்குது.

'முன்னமேயே புக் பண்ணணும்னு சொன்னனா இல்லியா மம்மி'ன்னு நிம்மி...

பகவான் மெல்ல, 'ஜேக்கப்! நீ நடத்து! நான் சமாளிச்சுக் கறேன்...'னு பனியனுக்குள்ள இருந்து பளபளன்னு கத்தியை எடுத்துட்டான். 'வேண்டாம் பகவான்! போயிரலாம் பகவான்.'

'என்ன இது பேச்சுக் குரல்? யார் இருக்கா.'

பகவான் நிதானமா நடந்து ரூமுக்கு வெளியே போறான். அம்மாவையும் பொண்ணையும் ஹால்ல சந்திக்கிறான்.

'யாரு! யார் நீ! செல்வம் என்ன இது. இவங்கள்லாம் யாரு?' பகவான் கத்தியை மறைச்சு வெச்சுக்கிட்டிருக்கான்...

'அம்மா வந்து இவங்க என் ஃப்ரெண்ட்ஸ்ங்கம்மா...'

அம்மா முத தடவையா ஜேக்கப்பைப் பார்க்கிறா! 'அய்யோ! அலமாரி திறந்து கிடக்கு. நகை!... அய்யோ கடவுளே! திருடன்! திருடன்!'

பகவான் படக்குனு பாஞ்சு வாசக் கதவைத் தாள் போடறான். 'கூவாத! கூவக்கூடாது! இதப் பாரு, இது என்ன?'

வீல்னு கத்தறா நிம்மி. அவமேல பாஞ்சு அவளை அழுத்திப் பிடிச்சு உதறித் தள்ளி ஒரு கீறு கீறிடறான். அழகான கன்னத்தில் ரத்தம் கோடு போடுது.

அய்யய்யோன்னு இன்னும் கத்தறா அவ. 'நிறுத்து. கூவறதை நிறுத்தச் சொல்லு! முதல்ல...'

'ஹெல்ப்! ஓடியாங்களேன்.'

அம்மா சொல்லி முடிக்கிறதுக்குள்ள ஜேக்கப் பெரிசா எதையோ எடுத்து அம்மா மண்டையில வெடி வெடிச்சாப்பல அடிக்கிறான். அடுத்த நிமிஷமே அம்மா மௌனமாயிட்டாங்க!

நிம்மி கீழ படுத்துக்கிட்டு அப்படியே உறைஞ்சு போய் பேச்சற்றுப் போய், 'ப்ளீஸ்! ப்ளீஸ்! விட்டுரு என்னை, விட்டுரு என்னை! செல்வம் விட்டுறச் சொல்லுப்பா. என்னை ஒண்ணும் செய்யாதீங்க ப்ளீஸ்!'

‘பகவான்! விட்டுரு, பகவான்.’

‘போடாத் தேவடியா மவனே? காரியத்தை குட்டிச் சுவராக்கிட்டு விட்டுருங்கறியா! எப்படிறா விடறது! சினிமாவுக்குப் போயிருக்காங்களான்னு விசாரிக்கவேண்டாம். இப்படி எங்கள மாட்டிக்க வெச்சுட்டியே! போடா! வெளியே போ! முதல்ல. அங்க போய்க் காத்திரு! வேலையை முடிச்சுட்டு வர்றம்!’

‘பகவான்! பகவான்! கொன்னுராத! தயவு செஞ்சு சேதப் படுத்திராத!’

‘இல்லை போடா! வெளியே போடான்னா!’ திகில் பரவின முகத்தோட கைகால் எல்லாம் நடுங்கிக்கிட்டு நிம்மி என்னைப் பார்க்கறா. பகவானைப் பார்க்கறா! ஜேக்கப்பை பார்க்கிறா! அசிங்கமா அழுதுகிட்டு கேவிக்கறா.

‘என்னம்மா கண்ணு! ஸ்கர்ட்டெல்லாம் பிரமாதமாத்தான் போட்டிருக்க! நீ போடான்னா?’

‘செல்வம்! செல்வம். அவங்ககிட்ட சொல்லுப்பா, என்னை ஒண்ணும் பண்ணாதீங்கன்னு...’

‘ஆமா, பகவான்! இந்தப் பொண்ணு அறியாத பொண்ணு. நமக்கு நகைதான் வேணுமின்னா ஏன் கொல்லணும்?’

‘யார்றா கொல்லப்போறாங்க. இவன் ஒண்ணு! கொல்ல மாட்டண்டா! ஜேக்! என்ன ஆச்சா!’

‘ஒரு நிமிஷம் சகா. எடுக்கறதை வாரிக்கிட்டுப் போயிரலாமே? சத்! தகவல் தந்தான் பாரு’ன்னு என்னை மறுபடி திட்டினான். அம்மா இடையில தரையில் படுத்துக்கிட்டு பெரிசா மூச்சு விட்டுக்கிட்டு இருக்காங்க. இங்கிருந்து மாரு ரெண்டு பக்கமும் வழிஞ்சாப்பல தெரியுது.

‘வால்மீகி ராமாயணத்தில் சுந்தரகாண்டத்தில சீதையைக் காவல் காக்கற ராட்சசிங்களைப் பத்தின வர்ணனை ஞாபகம் வருது’ங்கறான் பகவான், சிரிச்சுக்கிட்டே....

‘செல்வம்! செல்வம்! ஏதும் செய்துராதீங்க!’

‘இதப் பாரு கண்ணு! உன்னை எல்லாம் ரேப் பண்றதுக்கு இப்ப எங்களுக்குச் சமயமில்லை. மேலும் ஏற்கெனவே எத்தனையோ

பையனுக பார்த்த கேஸ்தான் நீ! சொல்லு, எத்தனை பேரை பார்த்திருக்கே இதுவரைக்கும்!'

நிம்மி கிலியில அங்கயும் இங்கயும் பார்க்கறா.

'சொல்லு! எத்தனை பேரு!'ன்னு அதட்டறான்.

'மூணு பேர்'னு மெல்லச் சொல்றா.

'மூணு பேர் பார்த்த கேஸை நான் தொடுவனா கண்ணு! நமக்கு வேண்டியது எல்லாம் திறப்பு விழாக்கள்! என்ன ஜேக்! எத்தனி நேரம்?'

'எனக்கு இது போதும் பகவான்! போற போக்கில க்விக்கா ஒண்ணு!'

'ஜேக்கப்! என்ன சொல்லியிருக்கேன், அததுக்கு ஒரு இடம் காலம் இருக்கு.'

'திருடற இடத்தில திருடு... வருடற இடத்தில வருடு! எப்படி நம்ம புதுக் கவிதை. செல்வம்! நீ பயப்படாதே. போய் வெளிய காவல் காத்துக்கிட்டு இருன்னு சொன்னனில்லை. உள்ள வராத. வரவே கூடாது. காரியத்தை முடிச்சிட்டு சடுதியில் வந்துடறோம் என்ன.'

'அப்ப நிம்மி அரை மனசா டெலிபோனை நோக்கி ஓடினா. உடனே பகவான் உஷாராயிட்டான், அப்படியே மின்னல் மாதிரி பாஞ்சு அவ கன்னத்தில ஒரு அறை. சுருண்டு விழுந்தா.

'திடீர்னு புத்தியைக் காட்டற பாத்தியா. ஒரு அடிபட்டா என்னாத்துக்கு ஆவ?'

லிப்ஸ்டிக் போட்டாப்பல ரத்தம் வர, நிம்மி அழ ஆரம்பிச்சா...

'அடிக்காத பகவான்!'

'நீ வெளியே போடான்னனா. போய் ஆட்டுக்குட்டி ஒண்ணு புடிச்சுட்டு வா. அதை வெச்சுக்கிட்டு...' பகவான் எல்லை மீறிப் பேச ஆரம்பிச்சான். அப்பத்தான் தெரிஞ்சது அவன் ரொம்ப இயல்பா இருக்கிறதாப் பாசாங்கு பண்ணாலும் ஒருமாதிரி டென்ஷன்லதான் இருக்கான்னு. அவன் கையெல்லாம்கூட நடுங்கற மாதிரிதான் தோணிச்சு. அம்மா பொண்ணு ரெண்டு

பேரும் பார்த்துட்டாங்க. ரெண்டு பேருக்கும் பகவான் யாருன்னு தெரியும். ஒரு சந்தர்ப்பத்தில சொல்லியிருக்கான். என்னை வேலைக்கு வெச்சுக்கறதுக்கு முன்னாடி பகவானை வேண்டாம்னு சொல்லியிருக்காங்க. எல்லா நகையையும் திருடிட்டு எடுத்துக் கிட்டுப் போனாலும் சீக்கிரமே அடையாளம் சொல்லிருவாங்க. போலீஸ் முழுக்க முழுக்க எங்களைத்தான் தேடி வரும்! இந்த மாதிரியெல்லாம் யோசிச்சுக்கிட்டு இருக்கான் போல.

அம்மாவையும் பொண்ணையும் என்ன செய்றதுன்னுதான் யோசிச்சுக்கிட்டிருக்கான். எனக்கு மலைப்பா இருந்தது. ரெண்டுபேரும் நல்ல வளர்த்தியுள்ள பொம்பளைங்க. அம்மா மயக்கம்போல பாசாங்குதான் பண்றாங்கன்னு தோணுது. ஆனா, ரெண்டு பேர்கிட்ட இருந்தும் எதிர்ப்போ சப்தமோ இல்லை. அப்படியே பயத்தால் உறைஞ்சு கிடக்காங்க. ஒரு சின்னக் கத்தியும் உயிராசையும் என்ன வேணாச் செய்யுது பாருன்னு எனக்கு அதிசயமா இருந்தது. வெளிய போடா, வெளிய போடான்னு பகவான் துரத்தவும், நான் வாசப்பக்கம் கேட்டண்டை வந்து நின்னேன். உள்ள ஒண்ணுமே நடக்கலை போல அமைதியாத்தான் இருக்குது. ரோடில அதிக சனம் இல்லை. அடுத்த வீட்டில ஏதோ பார்ட்டி நடக்குது. அப்பப்ப உற்சாகமா சப்தம் கேக்குது. அப்புறம் இங்கிலீஷ் மியூசிக் தம் தம்னு கேக்குது. அதே சமயம் நம்ம வீட்டிலேயும் தம் தம்னு சத்தம் கேக்குது. இந்தச் சத்தம் என்னவா இருக்கும்னு எனக்குக் கொஞ்சம் ஆலோசனையாவே இருந்தது.

ரொம்ப நேரம் ஆனாப்பல இருந்தது. எதுக்காக இத்தனை நேரம் எடுத்துக்கறாங்க. அம்மாவையும் பொண்ணையும் கட்டி கிட்டுப் போடறாங்களான்னு திரும்பியும் போய்ப் பார்க்கலாம்னு உள்ள போறேன். டைனிங் ஹால்ல ஓரத்தில ஸிங்க் இருக்கும் பாருங்க, அதில பகவான் கைகழுவிக்கிட்டு இருந்தான். ஜேக்கப் சிகரெட் பத்த வெச்சுக்கிட்டு இருந்தான். 'வா கண்ணு, வேலை முடிஞ்சிருச்சு. கிளம்ப வேண்டியதுதான். என்ன சுத்தமா பண்ணி யிருக்கவேண்டிய காரியத்தை கெடுத்துத் தொலைச்சியே, உன்னை மன்னிக்கவே முடியாதுரா'ன்னு ரேடியோவைத் தட்டினான். ரேடியோவில் ராத்திரி படுக்கப் போறதுக்கு முன்னாடி நல்ல சிந்தனையா இருக்கட்டும்னு சீர்காழி கோவிந்த ராஜன், பித்துக்குளி முருகதாஸ், நாகூர் அனீபா இவங்க பாடின பிளேட்டுக்கள்லாம் வெக்கப்போறதாச் சொல்ல, நான் பெட்ரூம்ல நுழையறேன்.

இதுவரைக்கும் என் கதையைப் பொறுமையா படிச்சுக்கிட்டு வந்தீங்களே, இந்த இடத்தில நிறுத்தி உங்ககிட்ட ஒண்ணு கேக்க விரும்பறேன். இத்தனை சம்பவங்கள்ல ஏதாவது ஒரு திருப்பம் மட்டும், ஒரே ஒரு திருப்பம் மட்டும் வேறமாதிரி ஆயிருந்த துன்னா? இவங்களுக்கு ஏன் சினிமா டிக்கெட் கிடைக்கலை? கிடைச்சுருந்ததுன்னா... அதுக்கு முந்தி நிம்மி ஏன் என்கிட்ட சினிமாவுக்குப் போறதைச் சாயங்காலம் சொல்லணும்? சொல்லாம இருந்திருந்தா... அவகிட்ட நான் விஷயத்தைச் சொல்ல வர்றப்ப ஏன் அது விரலை வெட்டிக்கணும்... அம்மா கிட்ட விஷயத்தைச் சொல்றப்ப ஏன் டெலிபோன் வரணும்... நிம்மி எதுக்காக சாவி வெச்சிருக்கிற இடத்தை என்கிட்டச் சொல்லி நகைகளை எடுத்துத் தரச் சொல்லணும். எதுக்கு நான் பகவானைச் சந்திக்கணும். எதுக்கு நான் சென்னைக்கே வரணும்... எதுக்கு எங்கம்மா செத்துப் போகணும்... எதுக்கு என் பரீட்சை தடைப்படணும்...

யோசிச்சுப் பார்த்தா அந்தப் பையன் அன்னிக்கு பௌதீகத்தில அந்தச் சந்தேகம் கேக்காம இருந்திருந்தா இன்னிக்கு இப்ப பெட்ரூம்ல நுழைஞ்சிருக்க மாட்டேன்...

இந்தக் கதையை சுகமா முடிக்க விரும்பறவங்க மேல நான் குறிப்பிட்ட ஏதாவது ஒரு திருப்பத்தை விருப்பமுள்ள திருப்பமா மாற்றிக்கிட்டாப் போதும். இனி வரவேண்டியதைப் படிக்க அவசியமில்லை...

இத்தனை சம்பவங்கள்ல இத்தனை திருப்பங்கள்ல ஒரு திருப்பம் விருப்பமுள்ள திருப்பமா இருந்திருக்கக் கூடாதா... யோசிச்சுப் பாருங்க! நல்லா யோசிச்சுட்டு விருப்பமிருந்தா மேல படிங்க...

பெட்ரூம்ல நுழைஞ்சேன். அம்மா எங்க கிடந்தாங்களோ அங்கதான் இன்னும் கிடக்கறாங்க. அவங்க பக்கத்தில சைடால ரத்தம் மெல்லக் குழம்பி ஒரு சின்னக் குளமா சேர்த்துக்கிட்டு இருக்குது. கையால தடுத்திருக்காங்க போல. கைல பெரிய வெட்டு, அப்புறம் கழுத்தில இருந்து ஆரம்பிச்சு முகத்தில எல்லாம் சுமார் பதினாறு பதினேழு வெட்டு, மூஞ்சியை அடையாளமே கண்டுக்க முடியாதபடி. அப்புறம் படுக்கைக்கு அடியிலிருந்து நிம்மியுடைய காலுங்க தெரியுது. 'அய்யோ! நிம்மி! நிம்மின்னு' குனியறேன்.

'பாவிங்களா! கொன்னுட்டீங்களா?'

'வேற என்ன செய்ய! வாடா கிளம்பலாம்! பேசாம சினிமா பார்த்துக்கிட்டு இருக்கிறவங்க எதுக்காகத் திரும்பி வரணும். எதுக்காகத் திரும்பி வரணும்!'

மயிர் எல்லாம் ரத்தக் கொத்தாகியிருந்தது. நடு மண்டையிலே அடிச்சிருக்கான். அவளை இழுத்துக் கட்டிலுக்கடியில தள்ளி யிருந்தது, ரத்த ரோடு போட்டிருந்தது.
